# மறக்கப்பட்ட விடுதலைப் போராளி

## சாவித்திரிபாய் பூலேவின் வாழ்வும் போராட்டமும்

**தொகுப்பாசிரியர்கள்:**

**பிரஜ் ரஞ்சன் மணி**

**பமீலா சர்தார்**

**தமிழில்: வெ.கோவிந்தசாமி**

பரிசல்

மறக்கப்பட்ட விடுதலைப் போராளி
சாவித்திரிபாய் பூலேவின் வாழ்வும் போராட்டமும்

தொகுப்பாசிரியர்கள்: பிரஜ் ரஞ்சன் மணி, பமீலா சர்தார்

தமிழில்: வெ.கோவிந்தசாமி

முதல் பதிப்பு: அக்டோபர் 2021

வெளியீடு: பரிசல் புத்தக நிலையம்

235, P-பிளாக், MMDA காலனி

அரும்பாக்கம், சென்னை-600 106

பேச: 9382853646, 8825767500

மின்னஞ்சல்: parisalbooks@gmail.com

வடிவமைப்பு: கி.ஆஷா

அச்சாக்கம்: ரவிராஜா பிரின்டர்ஸ், சென்னை

பக்கம்: 110

விலை: ரூ. 120

**Marakkappatta Viduthalai Porali**
**Savithiri BaiBoolevin Vazhvum Porattamum**

Compiled by: **Braj Ranjan Mani, Pamela Sardar**

Translator: **V. Govindasamy**

First Edition: **October 2021**

Published by: **Parisal Putthaga Nilayam**

No. 235, P-Block, MMDA Colony

Arumbakkam, Chennai-600 106

Mobile: 93828 53646

E-mail: parisalbooks@gmail.com

Designed by: **K.Asha**

Printed at: **Raviraja Printers, Chennai**

ISBN: 978-93-91949-41-9

Pages: 110

Rs.120

விழித்தெழு, எழுச்சிபெறு, கல்வி புகட்டு
பழம் மரபுகளைத் தூக்கியெறி - விடுதலை செய்!

-சாவித்திரிபாய் பூலே

கவிய பூலே, சாவித்திரிபாய் பூலே சமாக்ர வங்மாயா (மராத்தி) என்ற நூலிலிருந்து மொழியாக்கம் செய்யப்பட்டது (1988, பக்.24).

## நன்றி

எங்களது நண்பர்களும் சமூகப் பணியாளர்களுமான பலர் தந்த யோசனையாலும் ஊக்கத்தாலுமே இந்நூல் வெளிவருகிறது. தினேஷ் சாந்திலா, மஞ்சு மௌரியா, ஆர்.டி.லால், ராம் நாராயண் சௌகான், கந்தமா பீமராவ், திலிப் காவ்தே ஆகியோர் அவர்களில் ஒரு சிலர். பூலே, சாவித்திரிபாய் பூலே ஆகியோரின் போராட்டத்தை முன்னெடுத்து வருகின்ற இவர்களுக்கு நாங்கள் மிகவும் நன்றிக் கடன்பட்டுள்ளோம்.

மிகக் குறுகிய காலத்திற்குள் கட்டுரைகள் எழுதித்தந்த கட்டுரை யாளர்களுக்கு எமது நன்றி. பல்வேறு இடையூறுகள் காரணமாக – நாங்கள் திட்டமிட்டபடி – இந்நூலில் சில கட்டுரைகளைச் சேர்க்க முடியவில்லை. அதற்காகச் சம்பந்தப்பட்ட கட்டுரையாளர்களிடம் மன்னிப்புக் கேட்டுக்கொள்கிறோம்.

புகழ்பெற்ற மராத்தி எழுத்தாளர்களுக்கு – குறிப்பாக, எம்.ஜி.மாலி, ஹரிநார்கே ஆகியோருக்கு – எமது நன்றி. சாவித்திரி பாய் பூலே குறித்து இந்த எழுத்தாளர்களின் படைப்புகளிலிருந்து நாங்கள் இந்நூலுக்கான தகவல்களைப் பெருமளவில் பெற்றுள்ளோம்.

இந்நூலில் பயன்படுத்தப்பட்டுள்ள புகைப்படங்கள், உருவப் படங்கள், ஓவியங்கள், முன்அட்டையில் (ஆங்கில நூல்) மறு பிரசுரம் செய்யப்பட்டுள்ள ஓவியம் ஆகியவற்றிற்காக மகாராஷ்டிர அரசாங்கத்தின் வெளியீட்டுத்துறைக்கு எமது நன்றி. சுபாஷ் கோலியாத் அவர்களின் ஈடிணையற்ற ஓவியங்களுக்காக, அவருக்கு எங்களது நெஞ்சார்ந்த நன்றி.

இந்நூலின் தொகுப்புப் பணியின்போது தந்த ஆதரவுக்காகவும் நூல் தயாரிப்பில் காட்டிய கூரிய அக்கறைக்காகவும் கிரஹாம் அவர்களுக்கும், மௌண்டன் பீக் பதிப்பகத்திலுள்ள அவருடைய தோழர்களுக்கும் எமது நன்றி.

இறுதியாக, எங்களது வேண்டுகோளை ஏற்று, கடைசி நேரத்தில் நகல் தொகுப்புப் பணியைச் செய்து தந்த நேகா வதாவன் அவர்களுக்கும் எமது நன்றி.

## மொழிபெயர்ப்பாளர் குறிப்பு

மகாத்மா ஜோதிபா பூலே, ஆங்கிலேயரின் வருகைக்குப் பிந்தைய இந்தியாவில் பிற்படுத்தப்பட்ட, தாழ்த்தப்பட்ட மக்களின் உரிமைகளுக்காகவும், பெண்களின் உரிமைக்காகவும் முதன் முதலில் குரல் கொடுத்தவர்; அதற்காகப் பல போராட்டங்களை முன்னெடுத்தவர். பெண்களுக்காக – குறிப்பாகத் தீண்டத்தகாத சாதிப் பெண்களுக்காக – முதன் முதலாகப் பள்ளிகளைத் தொடங்கியவர்; விதவைப் பெண்களுக்கும் கைவிடப்பட்ட பெண்களுக்கும் அனாதைக் குழந்தைகளுக்கும் விடுதிகளைத் தொடங்கியவர்; வரலாறு குறித்துப் பார்ப்பனியம் உருவாக்கி வைத்திருக்கும் கட்டுக் கதைகளையும் சாதி – ஆதிக்கக் கருத்துப் படிமங்களையும் அடித்தளச் சாதி மக்களின் கண்ணோட்டத்தின் அடிப்படையில் கட்டுடைத்து, வரலாற்றைப் பார்ப்பனிய நீக்கம் செய்ய வேண்டும் என்று முதன்முதலாகக் குரல் கொடுத்ததோடு, அக்கண்ணோட்டத்தின் அடிப்படையில் பல நூல்களையும் எழுதியவர். இத்தகைய பல்வேறு சிறப்புகளையும் பெருமைகளையும் கொண்ட மகாத்மா ஜோதிபா பூலே மிக மிகத் தாமதமாகவே தமிழுக்கு அறிமுகமாகியுள்ளார். ஜோதிபா பூலே பற்றி அவ்வப்போது சிறுசிறு கட்டுரைகள் வெளியாகி வந்தன. ஓரிரு சிறு பிரசுரங்கள்கூட வெளிவந்தன. ஆனால்,, ஜோதி பாவின் முழுமையான வாழ்க்கை வரலாற்று நூலும் அவருடைய படைப்புகளும் 1990க்குப் பின்னரே வெளிவந்தன. ஜோதிபாவுக்கே இந்த நிலை என்றால் சாவித்திரிபாய் பூலேவைப் பற்றி என்ன சொல்வது? அந்த வகையில், அந்தக் குறையைப் போக்க வந்த நூல் இது.

சாவித்திரிபாய் பூலேவின் வாழ்க்கையைப் பற்றித் தமிழில் வெளி வரும் முதல் நூல் இது. கணவரின் செயல்பாடுகளுக்கு ஆதரவாக இருந்துவந்த சராசரியான மனைவியாக சாவித்திரிபாயை மதிப் பிட்டுவிட முடியாது என்பதை இந்நூல் தெளிவாக விளக்குகிறது. கணவரின் இலட்சியங்களை முழுமையாகவும் உணர்வுப்

பூர்வமாகவும் சாவித்திரிபாய் புரிந்துவைத்திருந்தார் என்பதையும் அதனால் வந்த இன்னல்களைத் தீரத்தோடு அவர் எதிர்கொண்டார் என்பதையும், கணவரின் மரணத்திற்குப் பின்னரும் அந்த இலட்சியங்களை உறுதியோடு முன்னெடுத்துச் சென்றார் என்பதையும் இந்நூல் தெளிவாகச் சுட்டிக்காட்டுகிறது.

இந்நூலை எங்களுக்கு அறிமுகம் செய்த ஆதித் தமிழர் பேரவையின் நிறுவனரும் தலைவருமான தோழர் அதியமான் அவர்களுக்கு எனது நன்றி. இந்நூலின் தமிழாக்கத்திற்கு ஒப்புதல் கேட்டுத் தொலை பேசியில் தொடர்புகொண்டபோது, உடனடியாக அதற்கு அனுமதி தந்ததோடு உற்சாகமும் ஊட்டிய இந்நூலின் தொகுப்பாசிரியர்களில் ஒருவரான பிரஜ் ரஞ்சன் மணி அவர்களுக்கும் சர்வதேசிய சத்திய சோதக் சமாஜத்தின் நிறுவனர்களுக்கும் எனது நெஞ்சார்ந்த நன்றி. ஆங்கில நூலின் தொகுப்பாசியர்களிடம் பேசி அனுமதியும் பெற்றுத் தந்ததுடன் தமிழாக்கத்தைச் செழுமைப்படுத்த உதவிய தோழர் எஸ். பாலச்சந்திரன் அவர்களுக்கும் எனது நன்றி.

ஏப்ரல், 2011 - வெ.கோவிந்தசாமி

கோவை.

# முதல் மழைத்துளியின் கதை

- எஸ்.பாலச்சந்திரன்

முன்பொரு காலத்தில், ஒரு சிறு மேகத்திரள் இருந்தது. அது மிக மிகச் சிறியதாக இருந்தது. தன்னந்தனிமையிலிருந்த அச்சிறு மேகத்திரள் பெரிய மேகங்களிடமிருந்து வெகுதூரம் விலகியிருந்தது. மலைகளுக்குப் பச்சை வர்ணம் பூசுவதற்காகப் பெரிய மேகங்கள் மழையாக மாறிய ஒவ்வொரு சமயத்திலும் அச்சிறு மேகத்திரள் தனது கடமையைச் செய்வதற்காக ஓடோடி வந்தது. ஆனால்,, அது மிகவும் சிறியதாக இருந்ததால், பெரிய மேகங்கள் அதனை ஏளனம் செய்தன.

"கொடுப்பதற்கு உன்னிடம் எதுவுமில்லை. நீ மிகவும் சிறிதாக இருக்கிறாய்," என்று பெரிய மேகங்கள் அதனிடம் சொல்வது வழக்கம்.

அவை அச்சிறு மேகத்தைப் பயங்கரமாகக் கேலி செய்வது வழக்கம். அப்போதெல்லாம் அச்சிறு மேகம் மிகவும் வருத்த மடைந்து, வேறெங்காவது சென்று மழையாக மாறுவதற்கான முயற்சியில் ஈடுபடும். ஆனால்,, அது எங்கே சென்றாலும், அதனைப் பெரிய மேகங்கள் வெறுத்து ஒதுக்கின. எனவே, அது இன்னும் வெகுதூரம் விலகி, ஒரு வறட்சியான இடத்திற்கு வந்தது. புல் பூண்டு கூட முளைக்காத, மிகவும் வறட்சியான இடம் அது. அச்சிறு மேகம் தனது கண்ணாடியிடம் (அச்சிறு மேகம் ஒரு கண்ணாடியை வைத் திருந்தது என்பதை உங்களுக்குச் சொல்ல மறந்துவிட்டேன்) பின் வருமாறு கூறியது:

"இங்கே யாருமே வருவதில்லை என்பதால், நான் மழையாக மாறுவதற்கு இதுதான் சரியான இடம்."

அச்சிறு மேகம் மழையாக மாறுவதற்கு மிகப் பெரிய முயற்சியை மேற்கொண்டது. அம்முயற்சியின் விளைவாக, ஒரு சிறு துளியை மட்டுமே அதனால் உருவாக்க முடிந்தது. அதாவது, அச்சிறு மேகம் மறைந்து, ஒரு சிறு மழைத்துளியாக மாறியது. அச்சிறு மேகம் – அதாவது, சிறு மழைத்துளி இப்போது கொஞ்சங்கொஞ்சமாகக்

கீழே வந்தது. தன்னந்தனியாக அச்சிறு துளி கீழே கீழே வந்து கொண்டேயிருந்தது. ஆனால்,, அந்த ஒரு துளிக்காகக் கீழே யாரும் காத்துக்கொண்டிருக்கவில்லை. கடைசியில், அந்த மழைத்துளி மட்டுமே நிலத்தின்மீது வந்து விழுந்தது. அந்தப் பாலைவனம் மிகவும் அமைதியாக இருந்ததால், நிலத்தின்மீது மழைத்துளி விழுந்த போது மிகப் பெரிய சப்தம் கேட்டது. அப்போது விழித் தெழுந்த பூமி கேட்டது:

"அது என்ன சப்தம்?"

"ஒரு மழைத்துளி விழுந்த சப்தம் அது," என்று கல் பதிலளித்தது.

"ஒரு மழைத்துளியா? அப்படியென்றால், மழை பெய்யப் போகிறது. சீக்கிரமாக எழுந்திருங்கள்! மழை பெய்யப் போகிறது!" என்று வெயில் படாதவாறு நிலத்தடியில் ஒளிந்திருந்த செடிகளைப் பூமி எழுப்பியது.

செடிகள் உடனே எழுந்து வெளியே எட்டிப் பார்த்தன. ஒரு கணம் பாலைவனம் முழுவதும் பச்சைப் போர்வையைப் போர்த்தி யிருப்பதுபோல் தோன்றியது. பெரிய மேகங்கள் இந்தப் பச்சை நிறத்தைத் தூரத்திலிருந்து பார்த்துவிட்டு, தங்களுக்குள் சொல்லிக் கொண்டன:

"அதோ பாருங்கள், அங்கே ஒரே பசுமை! அந்த இடத்திற்குப் போய் நாம் மழையாக மாறுவோம். அந்த இடம் இவ்வளவு பசுமையாக இருப்பது நமக்குத் தெரியாமல் போய்விட்டது."

அதுவரையில் பாலைவனமாகக் கிடந்த அந்த இடத்தில் மழை யாக மாறுவதற்காக அவை சென்றன. அவை தொடர்ந்து மழை பொழிந்தன. செடிகொடிகள் வேகமாக வளர்ந்தன. எல்லாமே திடீரென்று பசுமையாக மாறிவிட்டது போல் தோன்றியது.

"நாம் இங்கே இருப்பதால்தான் இவ்வளவு பசுமை, நாம் இல்லாவிட்டால் இங்கே கொஞ்சங்கூடப் பச்சையைப் பார்க்க முடியாது."

உறங்கிக்கொண்டிருந்த அனைத்தும் விழித்தெழும் விதமாக ஒற்றை மழைத்துளியாக மாறி விழுந்த சிறு மேகத்திரளை அப்போது யாரும் நினைவில் வைத்துக்கொள்ளவில்லை.

யாரும் நினைவில் வைத்துக்கொள்ளவில்லை; ஆனால்,, அந்தக் கல் சிறு மழைத்துளியின் இரகசியத்தைப் பாதுகாத்தது. காலம்

உருண்டோடியது. முதலில் இருந்த மேகங்கள் மறைந்தன; முதலில் இருந்த செடிகொடிகள் இறந்துபோயின. ஆனால்,, சாகாவரம் பெற்ற கல்லானது, ஒரு சிறு மழைத்துளியாக மாறி வீழ்ந்த சிறு மேகத்திரளின் கதையைப் புதிதாகப் பிறந்த செடிகொடிகளிடமும் புதிதாக வந்த மேகங்களிடமும் சொன்னது.

டான் - டான்.

சிறு மேகத்திரளின் கதை,
எதிர்ப்பும் எழுத்தும், துணைத்தளபதி மார்க்கோஸ்
பக். 754 -755.

மகாத்மா ஜோதிபா பூலேவின் வாழ்க்கை வரலாறு முதன் முதலில் தமிழில் வெளிவந்து பதினொரு ஆண்டுகள் ஆனபின்பு தான் சாவித்திரிபாய் பூலேவின் வாழ்க்கை வரலாறு குறித்த ஒரு நூல் தமிழில் வெளிவருகிறது. தனஞ்செய் கீர் எழுதிய "மகாத்மா ஜோதிராவ் பூலே" என்னும் தலைப்பிலான முதல் நூலை மொழி பெயர்த்த தோழர் வெ. கோவிந்தசாமி அவர்களே "மறக்கப்பட்ட விடுதலைப் போராளி: சாவித்திரிபாய் பூலேவின் வாழ்வும் போராட்டமும்" என்னும் இந்நூலையும் தமிழில் மொழிபெயர்த் துள்ளார் என்பது மகிழ்ச்சியளிக்கிறது.

ஜான்சி ராணி, ராணி சென்னம்மா, பண்டித ரமாபாய் போன்ற மாபெரும் பெண்களின் வரிசையில் வைத்துப் போற்றத்தக்கவர்தான் சாவித்திரிபாய் பூலே. ஆனால்,, அவருடைய வாழ்க்கையை முழுமையாக அறிந்துகொள்ள உதவக்கூடிய சிறந்த நூல் எதுவும் இதுவரை ஆங்கில மொழியில்கூடக் கிடைக்காமலே இருந்தது. மதிப்பிற்குரிய பிரஜ் ரஞ்சன் மணி, பமீலா சர்தார் ஆகியோர் தொகுப்பாசிரியர்களாக இருந்து வெளிக்கொணர்ந்த "A Forgotten Liberator: The Life and Struggle of Savitihiribai Phule" என்னும் அருமையான நூல் இக்குறையைப் போக்கிவிட்டது. சாவித்திரிபாய் பூலேவின் வாழ்க்கை குறித்து, தமிழ்கூறு நல்லுலகம் அறிந்து கொள்ளத் தமிழிலும் ஒரு நூல்கூட இல்லை என்ற நிலைதான் இருந்து வந்தது. இக்குறையும் இந்நூலின் தமிழ் மொழிபெயர்ப்பின் மூலம் நீங்கிவிட்டது.

பிரஜ் ரஞ்சன் மணி, சிந்தியா ஸ்டீபன், கெயில் ஓம்வெத், பமீலா சர்தார், சுனில் சர்தார், விக்டர் பால் போன்றோர் சாவித்திரிபாய் பூலே குறித்து எழுதிய கட்டுரைகளும், சாவித்திரிபாய் பூலே எழுதிய

கவிதைகளும், பூலே தம்பதியரின் பள்ளியில் கல்வி கற்ற ஒரு தலித் சிறுமியின் கட்டுரையும் இந்நூலில் இடம்பெற்றுள்ளன. இவை அனைத்தும் சில பக்கங்களில் மட்டுமே விரிகின்ற சொற்சித்திரங்களாக இருப்பினும், சாவித்திரிபாயின் வாழ்க்கையைப் பற்றிய ஆழமான புரிதலைத் தருகின்றன. கட்டுரைகள் அனைத்தும் ஒன்றுக்கொன்று பங்களிக்கக் கூடியவையாக விளங்குவதால், ஒரு கட்டுரைத் தொகுப்பையன்றி, இழை அறுபடாத தொடர்ச்சியைக்கொண்ட ஒரு முழுநீள வாழ்க்கை வரலாற்றையே வாசிப்பதைப் போன்ற எண்ணம் ஏற்படுகின்றது. ஒரே வாசிப்பில் முழுநூலையும் படித்து முடித்துவிட வேண்டும் என்ற ஆவல், பக்கங்கள் நகர நகர அதிகரித்துக் கொண்டேயிருக்கிறது. மூலநூலின் ஆங்கில நடையில் காணப்படும் ஆவேசமும் கருத்தாழமும் மட்டுமின்றி, தமிழ் மொழிபெயர்ப்பின் தெளிவும் அழகும் துல்லியமும் இதற்குக் காரணங்களாகும்.

அளவில் மிகச் சிறிதேயான இந்நூலில் உறுதியாக நிறுவப் படுகின்ற கருத்துகளாகக் குறைந்த பட்சம் பின்வருவனவற்றைச் சொல்ல முடியும்:

1. இந்தியாவில் பார்ப்பனிய - சாதியப் பண்பாட்டிற்கும் பார்ப் பனிய மதத்திற்கும் எதிராக முதன் முதலில் போர் தொடுத்தவர்கள் ஜோதிபா பூலேவும் சாவித்திரிபாய் பூலேவும்தான்.

2. பூலே தம்பதியரின் "சமூக பண்பாட்டுத் தீவிர முற்போக்கு வாதம்" அனைத்து ஒடுக்கப்பட்ட மக்களையும் அடித்தளமாகக் கொண்டிருந்தது. ஸ்திரீ - சூத்திரர் - ஆதி சூத்திரர் கூட்டணி என்று பூலே தம்பதியரால் அழைக்கப்பட்டதோர் அடித்தளம் இது.

3. ஒடுக்கப்பட்ட மக்களைப் பற்றிய தங்கள் வரையறையில் பூலே தம்பதியர், ஏனைய விளம்புநிலை மக்கட் பிரிவினரான பழங் குடிகளையும் முஸ்லீம்களையும் சேர்த்தே பேசி வந்தார்கள்.

4. நூற்றைம்பது ஆண்டுகளுக்கு முந்தைய இந்திய நிலைமையில், ஆணாதிக்கத்தைச் சாதியோடு இணைத்துப் பார்த்த ஒரே ஒருவர் சாவித்திரிபாய் பூலே மட்டுமே.

5. பெண்களின் மனித உரிமைகள் குறித்தும், மற்ற சமூகப் பிரச்சினைகள் குறித்தும் பெண்களுக்கு விழிப்புணர்ச்சியூட்டுகின்ற அறிவுசார் செயல்பாடுகளையும், சாதி-எதிர்ப்புக்காகவும் பெண்களின் முன்னேற்றத்திற்காகவும் களமிறங்கிப் போராடத் தயங்காத களச் செயல்பாடுகளையும் துணிந்து மேற்கொண்ட சாவித்திரிபாய்

பூலே தான் பின்னாளில் இந்தியாவில் தோன்றிய பெண் விடுதலையாளர்கள் அனைவருக்கும் முன்னோடி.

6. இந்திய வரலாற்றிலேயே முதன்முறையாக, ஆண்களால் ஏமாற்றப்பட்டுக் குழந்தை பெற்றுக்கொள்ளும்படி நேர்ந்த மணமாகாத பெண்களையும் அவர்களின் குழந்தைகளையும் காப்பாற்றுவதற்காக விடுதிகளைத் தொடங்கி நடத்தியவர் சாவித்திரிபாய் பூலே; அனாதைப் பெண்களுக்கான விடுதியையும் நடத்தியவர் அவர்.

7. விதவைப் பெண்களின் தலையை மொட்டையடிப்பதற்கு எதிராகப் போராட்டம்; ஆதிக்கச் சாதியினரின் கடும் எதிர்ப்பிற்கு மத்தியிலும், தகுதியுள்ள, நேசமிக்க இணைகளுக்குச் சாதி மறுப்புத் திருமணம் செய்வித்தல்; பஞ்ச நிவாரண நடவடிக்கைகள் போன்ற பேரிடர்க் காலப் பணிகளைச் சற்றும் தளராது மேற்கொள்ளுதல்; தொற்றுநோயால் பாதிக்கப்பட்டு உயிருக்குப் போராடிக்கொண்டிருந்த மக்களைக் காப்பாற்றுதல்; அத்தகைய தொற்றுநோயின் தாக்குதலுக்குள்ளாகி மரணத்தையே தழுவ நேர்தல்... எனத் தனது வாழ்க்கை நெடுகிலும் “செயல் - அதுவே சிறந்த சொல்” என வாழ்ந்தவர் சாவித்திரிபாய்.

8. தான் உயிரினும் மேலாக நேசித்த தனது அன்புத் துணைவர் மரணமடைந்த நேரத்தில், அவரது சிதைக்குத் தானே தீமூட்டி, அனைத்துச் சடங்குகளையும் பொசுக்கிச் சாம்பலாக்கியவர் சாவித்திரி பாய்.

9. இவை அனைத்தையும் கடந்து, இன்றைய “மாற்று வரலாற்றாளர்களும்” “மாற்றுப் பண்பாட்டாளர்களும்” தங்கள் முதல் முன்னோடி என்று கருதத்தக்க விதத்தில், வைதீகர்களால் கட்டமைக்கப்பட்ட வரலாற்றை அடியோடு நிராகரிக்கின்ற “மாற்று வரலாற்று நூல்களை” எழுதியவர் சாவித்திரிபாய் பூலே. “மாற்றுக் கவிதை மரபின்” முதல் முயற்சியாக விளங்கக்கூடிய கவிதைகளையும் எழுதியவர் அவர்.

10. நவீன இந்தியாவின் முதல் பெண் நூல் தொகுப்பாசிரியராகவும் பதிப்பாசிரியராகவும் விளங்கியவர் சாவித்திரிபாய் பூலே.

மகாத்மா ஜோதிபா பூலே வாழ்க்கை வரலாற்று நூல்களிலேயே சிறந்த நூலாக விளங்குகின்ற, தனஞ்செய் கீர் எழுதிய “மகாத்மா ஜோதிராவ் பூலே” என்னும் நூலில், அந்நூலின் ஆசிரியர் வெளிப்படுத்துகின்ற சில கருத்துகளைப் பற்றியும் இங்குக் குறிப்பிட வேண்டும். இந்தியப் பண்பாடு குறித்தும் இந்தியச் சமூகத்தில்

பெண்கள் வகிக்கும் பாத்திரம் குறித்தும் தனஞ்செய் கீர் கொண்டிருந்த கருத்துகள் சனாதன இந்துத்துவக் கண்ணோட்டத்திற்கு மிகவும் நெருக்கமானவை. சாவித்திரிபாய் பூலே குறித்து அவர் எழுதுகிறார்: "...தாங்கள் விடுவிப்பதாகச் சபதம் பூண்ட சமூகத்தின் தொல்லை களையும் வேதனைகளையும் எதிர்கொண்டு கணவருடன் வாழ்க்கை நடத்துவது என்ற பாதையையே ஓர் உண்மையான இந்தியப் பெண்ணான அவர் தேர்ந்தெடுத்தார்." "...நாணம், பணிவு, கூரிய நுண்ணறிவு, கருணை ஆகிய பண்புகளைக் கொண்டிருந்த சாவித்திரியோ தியாக உணர்வோடு, தன் கணவரைப் பின்தொடர்ந்தார். தன் கணவரின் இன்னல்களில் தானும் பங்கு கொண்டார்... (தனஞ்செய் கீர், மகாத்மா ஜோதிராவ் பூலே: இந்தியச் சமூகப் புரட்சியின் தந்தை, தமிழில் வெ.கோவிந்தசாமி, புத்தா வெளியீட்டகம், கோயம் புத்தூர், 2004). சாவித்திரிபாய் பூலேவை - அவரது தனித்துவமிக்க ஆளுமையை - ஜோதிபா பூலேவின் ஆளுமையினுடைய நிழலாகவே சித்திரித்து, அதனையே இந்தியப் பெண்களுக்கான முன்னுதாரண மாகவும் காட்ட தனஞ்செய் கீர் முயல்கிறார் என்பதைக் குறிப்பிட வேண்டியதில்லை. (பண்டித ரமாபாய் கிறித்தவ மதத்திற்கு மதம் மாறிய நிகழ்வைக் குறித்து தனஞ்செய் கீர் எழுதுவதையும் கவனி யுங்கள்: "...அந்நிய மதத்தைத் தழுவிய ஒரு பெண்ணை, தன் சொந்த நாட்டுப் பெண்களிடம் கிறித்தவம் பற்றிய ஆசையைத் தூண்டிவந்த ஒரு பெண்ணை, பின்னால் வரும் தலைமுறையினர் உயர்வாக மதிக்க மாட்டார்கள். அப்பெண்ணின் ஆன்மா அதன் பொருளையும் புகழையும் இழந்துவிட்டது. ஞானியின் உள்ளமோ, தேசிய விடுதலைச் சிந்தனையோ இனி இவரிடம் இல்லை. மேரி எனப் பெயர் வைத்துக்கொண்ட இவர் தன்வாழ்க்கை இலட்சியத்தின் ஈர்ப்பை இழந்துவிட்டார். காந்தியும் தாகூரும் தங்கள் இலட்சியத் திற்காக மதம் மாறியிருந்தால் இந்தியா அவர்களுக்கு மகாத்மா, குருதேவர் என்ற பட்டங்களைத் தந்திருக்குமா?" தனஞ்செய் கீர் எழுதிய அதே நூல், பக்.269).

சாதி ஒடுக்குமுறை மற்றும் பெண்ணடிமைத்தனம் ஆகியவை உச்சத்திலிருந்த ஒரு காலகட்டத்தில் அந்நிலைமையின் தர்க்க பூர்வமான விளைவாகவும், அந்நிலைமையை அடியோடு ஒழிக்க வேண்டும் என்னும் நோக்கத்துடனும் இந்தியச் சமூகத்தில் தோன்றிய ஒரு விடிவெள்ளியாக, பெண் விடுதலைக்காகப் போராடப் பெண்கள் மத்தியிலேயே தோன்றிய ஒரு விடுதலையாளராக, பெண் கல்விக்காகவே சிந்தனை - சொல் - செயலால் பங்களித்த ஒரு

மாபெரும் அறிவு ஜீவியாக, இவ்வனைத்தும் ஒன்றிணைந்த ஒரு மகத்தான பெண்மணியாக சாவித்திரிபாய் பூலே அண்மைக்காலம் வரையிலும் மதிப்பிடப்படவேயில்லை. மக்கள் மத்தியிலும் அறிவுத் துறையினர் மத்தியிலும் மிகுந்த வரவேற்பையும் செல்வாக்கையும் பெற்றிருந்த தனஞ்செய் கீர் தனது நூலின் மூலம் சாவித்திரிபாய் பூலேவின் வாழ்வையும் போராட்டத்தையும் குறித்து ஏற்படுத்திய மனப் பதிவுகளும்கூட இதற்குக் காரணமாக இருந்திருக்கக் கூடுமோ என்று தோன்றுகிறது.

இந்நிலையில் "சொல் புதிது, பொருள் புதிது" எனப் புரட்சிகரமான கருத்தியலோடும் போர்க்குணம் மிக்க அணுகுமுறையோடும், மறக்கப் பட்ட போராளியான சாவித்திரிபாய் பூலேவின் வாழ்க்கை வரலாறு எழுதப்பட வேண்டியது அவசியமானது மட்டுமல்ல, அவசரமானதுங் கூட. அவ்வகையில் வெளிவரும் முதல் நூலாக இதனைக் கருதலாம். சாவித்திரிபாய் பூலே என்னும் மகத்தான பெண்ணின் ஆளுமையைச் சிறப்பாக முன்வைக்கும் நூல் இது. "ஒரு சிறு மழைத்துளியாக மாறி வீழ்ந்த சிறு மேகத்திரளின் கதையை" புதிதாகப் பிறந்த கொடிகளிடமும் புதிதாக வந்த மேகங்களிடமும் சொன்ன அனைவரையும் பாராட்ட வேண்டும்.

கோயம்புத்தூர்,<br>
05.10.2011.

# முன்னுரை

- பிரஜ் ரஞ்சன் மணி

சமகால இந்தியாவில் இடம்பெற்றுவரும் அறிவு - உற்பத்தி, கலாச்சார மறு உற்பத்தி, வரலாற்றெழுத்தியல் போன்றவை கண்களைக் கூச வைக்கும் ஜனநாயகப் புறத்தோற்றத்தையும் அரசியல் ரீதியாகச் சரியான சொற்தொகுதிகளையும் (vocabulary) பெற்றுள்ள போதிலும் இன்னமும் அவை ஆழமான ஒருபக்கச் சார்பையும், பார்ப்பனியக் கண்ணோட்டத்தையுமே கொண்டுள்ளன. அண்மைக் காலமாக இப்போக்கை எதிர்த்து ஒரு சில சவாலான முயற்சிகள் எடுக்கப்பட்டு வருகின்றன என்ற போதிலும், முன்னர் சொன்ன போக்கே தொடர்ந்து நிலவிவருகிறது. தலித்துகள், பழங்குடியினர், இதர பிற்படுத்தப்பட்ட வகுப்பினர், சீக்கியர்கள், கிறித்தவர்கள், இன அடிப்படையிலும் வட்டார அளவிலும் ஒடுக்கப்பட்டுள்ள பிற சமூகப் பிரிவினர் ஆகியோரை உள்ளடக்கியுள்ள விளிம்புநிலைப் பெரும்பான்மையினர், பெரும் செல்வாக்குப் பெற்றுள்ள உரை யாடலுக்கும் (discourse) கடந்தகாலம், நிகழ்காலம் குறித்த மீ-கதை யாடலுக்கும் (meta - narratives) எதிராக முன்வைத்துள்ள எதிர்ப்புகள் ஓரம் கட்டப்பட்டவையாகவே இருக்கின்றன. பார்ப்பனிய மேலாதிக்கமே அறிவுஜீவித் தளத்தைத் தொடர்ச்சியாக ஆதிக்கம் செலுத்தி வருகின்றது. அனைத்து இடங்களிலும் பார்ப்பனியக் கோட் பாடுகளும் புனைவுகளுமே புதுப்பிக்கப்படுகின்றன; நிரப்பப்படு கின்றன. இவை 'இந்தியத்துவம்', 'தேசியம்,' என்று ஆரவாரமாக வர்ணிக்கப்படுகின்றன. பார்ப்பனிய மரபுகளை நவீனப்படுத்துவது என்பது இந்திய மரபுகளை நவீனப்படுத்துவதாகும் என்று சாதாரண மாகச் சொல்லுமளவிற்கு இப்போக்கு வளர்ந்துள்ளது. காலனி யாதிக்க காலப் பத்தொன்பதாம் நூற்றாண்டிலிருந்து அண்மைக் காலம் வரையிலும் இந்திய மேட்டுக்குடியினர் ஒரு சூழ்ச்சியை வெற்றிகரமாகப் பின்பற்றி வருகின்றனர். நவீன ஐரோப்பியக் கருத்துகளிலிருந்தும், நிறுவனங்களிடமிருந்தும் சிலவற்றைக் குறிப் பாகத் தேர்ந்தெடுத்து சாதி, வர்க்கம், பால் வேறுபாடு போன்ற பார்ப்பனிய அமைப்புகளோடு அவற்றை மிகப் புத்திசாலித்தனமாக

இணைப்பதும், கலப்பதும்தான் அந்தச் சூழ்ச்சியாகும். மக்கள் மீது காலங்காலமாகத் தொடர்ந்து வரும் ஆதிக்கத்தைத் தக்கவைத்துக் கொள்வது; அந்த ஆதிக்கத்தில் ஒருசில புதிய மாறுதல்களைக் கொண்டுவருவது என்பதே 'மாற்றத்தை உள்ளடக்கிய தொடர்ச்சி' என்பதன் பின்னணியிலுள்ள அடிப்படைத் திட்டமாகும். பெரும் பான்மை மக்களைத் தவறான பாதையில் வழிநடத்துவது, சுரண்டுவது, அம்மக்களை ஒதுக்கி வைப்பது என்பதே இதன் தலையாய இலட்சிய மாகும். கடந்த காலத்தில் இதுதான் நடந்தது; இன்றும் இதுதான் நடந்துகொண்டிருக்கிறது.

உலகிலேயே இந்தியாதான் மிகவும் அநீதியான சமூகமாக இருந்து வருகிறது. இச்சமூகம் எந்தளவிற்கு மாற்றங்களுக்கு உள்ளாகிறதோ, அந்தளவிற்கு அதன் பழைமைவாதத் தன்மையும் அப்படியே நீடிக் கிறது. செல்வ வளம், சுகாதாரம், கல்வி போன்ற தளங்களில் தீவிர மான ஏற்றத்தாழ்வுகள் நீடித்துவருகின்றன. இந்த ஏற்றத்தாழ்வுகள் ஒளிரும் இந்தியா, துயருறும் இந்தியா என இரண்டு இந்தியாக்களை உருவாக்கியுள்ளன. பெரும்பாலும் ஆதிக்கச் சாதிகளைச் சேர்ந்தவர் களும் வெறும் பத்து விழுக்காட்டினருமேயான ஒரு கூட்டத்தினர் தங்கள் கரங்களில் பல்வேறு வகைப்பட்ட அதிகாரங்களை வைத்துக்கொண்டு மீதி தொண்ணூறு விழுக்காட்டு மக்கள் பொருள் வறுமையிலும், சிந்தனை வறுமையிலும் தொடர்ந்து வாழ்க்கை நடத்தி வருமாறும், 'தேசத்திற்கு' மலிவான உழைப்பை வழங்கி வருமாறும் கவனத்தோடு பார்த்துக்கொள்கிறார்கள். செல்வம் ஈட்டுதல் மற்றும் வளர்ச்சிக்கான அனைத்து நடவடிக்கைகளும் ஏழை மக்களுக்கு அதிகாரத்தைக் கையளிப்பது என்ற பெயரில்தான் முன் னெடுக்கப்படுகின்றன; ஆனால்,, அப்படிப்பட்ட 'தேச - நிர்மாண மானது' ஏழைகளை மேலும் அவநம்பிக்கைக்கு உள்ளாக்குகிறது; மேலும் மேலும் அவர்களை விளிம்பை நோக்கித் தள்ளிவருகிறது. உணவு, குடிநீர், சுகாதாரம், கல்வி ஆகியவற்றிற்காக இந்த மக்கள் இன்னமும் போராடி வருகிறார்கள். இந்த மக்கள் யார்? இவர்களில் தொண்ணூறு விழுக்காட்டிற்கும் அதிகமானவர்கள் பழங்குடியினர், தலித்துகள், பிற்படுத்தப்பட்ட மக்கள், முஸ்லீம்கள் ஆவர். மலர்ச்சி பெற்றுவரும் சந்தைப் பொருளாதாரத்தில், வணிகத்தில், தொழிற் துறையில், தகவல் தொழில்நுட்பத்தில், பொழுதுபோக்குத் தொடர் பான துறைகளில் இம்மக்களுக்கு எந்தப் பிரதிநிதித்துவமும் தரப் படவில்லை. இருப்பினும் பார்ப்பனியக் கண்ணோட்டத்தைச் சுவீகரித்துக் கொண்ட தகவல் ஊடகங்களும் கல்வித் துறைகளும்,

சமத்துவம் இல்லாத இந்த வளர்ச்சியை 'மனித முகம் கொண்ட வளர்ச்சி' என்று கூறிவருகின்றன. பொருண்மை சார்ந்த (materialistic) தளத்திலும் சரி, கருத்தியல் - பண்பாட்டுத் தளத்திலும் சரி, நிறுவன மயப்படுத்தப்பட்ட ஏற்றத்தாழ்வை உள்ளடக்கியுள்ள சாதிமுறையானது வெளிப்படையாகவும் மறைமுகமாகவும் பல்வேறு வழி முறைகளில் பல கோடிக் கணக்கான மக்களின் வாழ்க்கையைத் தொடர்ந்து முடமாக்கி வருகிறது.

இந்தியத் துணைக்கண்டத்தில் பற்பல நூற்றாண்டுகளாகவே சாதி முறையானது முக்கியமான பண்பாட்டுப் பிறழ்வாக இருந்து வருகிறது. நீண்டதும் சிக்கல் மிக்கதுமான இந்த வரலாற்றைச் சுருக்கமாக முன்வைப்போம்: தெய்வீகமான வேலைப் பிரிவினை என்றும் ஒத்திசைவான வழிமுறை என்றும் சொல்லப்படுகின்ற சாதிமுறை யானது அதனைத் தோற்றுவித்தவர்களுக்கும் அதனால் பலன் அடைந்து வருபவர்களுக்கும் மிகக் கவர்ச்சியானதாக இருக்கலாம்; ஆனால்,, அவநம்பிக்கைக்குள்ளாகியுள்ள பெரும்பான்மையான மக்களோ பார்ப்பனியக் காலனியாதிக்கத்தின் நச்சுத்தனமான அமைப்புமுறை என்று சாதிமுறையைக் கண்டனம் செய்கிறார்கள். பண்பாட்டு, சமூக, பொருளாதார வளங்களை அவற்றை உற்பத்தி செய்கின்ற பெரும்பான்மை மக்களிடமிருந்து சுரண்டி, சாதி அமைப்பு முறையின் உச்சியில் மிக வசதியான இடத்தில் அமர்ந்திருக்கும் ஒரு சில ஒட்டுண்ணிகள் வசம் கொண்டு செல்லும் காலனியாதிக்கம் என்று சாதிமுறையை அம்மக்கள் கண்டனம் செய்கின்றார்கள். உழைக்கும் மக்களைப் பிரிப்பது, துண்டாடுவது, மிகவும் கீழ்த்தரமாக நடத்துவது ஆகியவைதான் சாதியப்படி நிலையின் நச்சுத்தனமான பண்புகளாகும். சாதிமுறையைத் தோற்றுவித்தவர்களின் நோக்கமே அவர்களை இவ்வாறு துண்டாடுவதுதான். பல்வேறு சாதிகளாக, உட்பிரிவுகளாக நூற்றுக்கணக்கான படிநிலைகளில் சிதறுண்டுள்ளவர்களும் சொற்ப வருமானத்திற்காகத் தங்களுக்குள் சண்டையிட்டுக் கொண்டிருப் பவர்களுமான உழைக்கும் மக்கள், சுரண்டலாளர்களுக்கு எதிராக ஒரு விரிவான ஒற்றுமையைக் கட்டத் தவறிவிட்டார்கள்.

பிறப்பு அடிப்படையிலான சாதிமுறையானது ஒருவர் மீது ஒருவர் பகைமை காட்டும் வளமான களனாக விளங்கிவருகிறது. இவ்வாறாக, மக்கள் மத்தியில் பிளவுகளை உருவாக்கி, அவர்களைப் பலவீனமான நிலையில் தொடர்ந்து வைத்திருப்பது சுரண்டலுக்கு வசதியாக இருக்கிறது. அத்தோடு மக்கள் உயர்ந்த இலட்சியத்திற் கான ஒரு பொதுவான செயல்பாட்டையும் முயற்சிகளையும்

முன்னெடுப்பதைச் சாத்தியமில்லாமலும் செய்துவிடுகிறது. இந்த மிக முக்கியமான காரணத்திற்காகவே, சர்வாதிகார மன்னர்களும் பல் வேறு பிரிவுகளைச் சேர்ந்த நிலப்பிரபுத்துவ - ஆளும் வர்க்கத்தினரும் சாதியப் பண்பாட்டைப் பேணி வளர்த்து வந்தார்கள். மத்திய கால முகலாயர்களையும் நவீன பிரிட்டன் காலனிய ஆதிக்கவாதிகளையும் உள்ளடக்கிய இந்தச் சக்திகள் மக்களை அடக்கி ஆள்வதற்கான தனிச்சிறப்பான, திறனான கருவியாகச் சாதியைக் கருதின. செல்வாக்குப் பெற்றுள்ள நம்பிக்கைக்கு மாறாக, இந்தியாவை ஆண்டு வந்த காலனியவாதிகள் சாதியையும் பார்ப்பனியத்தையும் பிரதிநிதித்துவம் செய்த சக்திகளுடன் நல்லுறவு வைத்திருந்தனர். ஆங்கிலேயர்களுக்கும் இந்திய ஆளும் வர்க்கங்கள் மற்றும் அறிவுத் துறையினருக்கும் இடையில் ஏற்பட்ட கூட்டணி, ஒத்துழைப்பு, பரஸ்பர நலன்கள் என்ற அடிப்படை மீதுதான் இந்தக் காலனியம் நிறுவப்பட்டது. சுதேசி அரசியல் சக்திகளும், சுதேசி மேட்டுக்குடி அறிவுத் துறையினரும் இந்தியா குறித்தும் இந்தியா சார்ந்த விசயங்கள் குறித்தும் ஆங்கிலேயர்களுக்குச் சூழ்ச்சியான, ஒருதலைப்பட்சமான தகவல்களை வழங்கியது மட்டுமல்ல; பிரிட்டிஷ் ஆட்சியின் அரசு இயந்திரத்தை உள்ளூர் அளவிலும் இடைநிலை அளவிலும் தங்கள் கட்டுப்பாட்டிலும் வைத்திருந்தார்கள். காலனிய அரசு இயந்திரத்தை நயமாக நடத்திவந்ததோடு பிரிட்டிஷ் ஆட்சியாளர்களுக்கும் இந்திய மக்களுக்கும் இடையில் இடைத்தரகர்களாகவும் பணியாற்றி வந்தார்கள். இந்த ஒத்துழைப்பின் மூலம் இந்திய மேட்டுக்குடியினர் தங்களை வலுப்படுத்திக்கொண்டார்கள்; நவீனப்படுத்திக்கொண் டார்கள்கள்; படிப்படியாக நம்பிக்கை பெற்று, தங்களுக்குக்கெனச் சொந்தமான பார்ப்பனிய - சாதியத் தேசியத்தை நிறுவிக்கொண்டார்கள். இந்தத் தேசியம் அனைத்து இந்தியர்களையும் பிரதிநிதித்துவம் செய்வதாக அவர்கள் பாசாங்கு செய்தார்கள். பிரிட்டிஷாரின் ஆட்சி அதிகாரத்தில் பெரும்பங்கு கோரி அதில் வெற்றியும் பெற்றார்கள். இறுதியாக, பிரிட்டிஷாரை வெளியேற்றுவதற்காக ஓர் இயக்கத்தையும் முன்னெடுத்தார்கள் (அலோய்சியஸ் 1997; மணி 2005).

இந்தியத்துவம் என்பதற்கு அடிப்படையாக வேதகாலப் பார்ப் பனியப் பண்பாடு, பார்ப்பனிய உணர்வு ஆகியவற்றை ஆதிக்கச் சாதிகள் முன்னிறுத்துவதற்கான தூண்டுதலை இந்தத் தேசியம் தந்தது. அவர்களது சுயநலக் குறிக்கோள்களும் நலன்களும் தேசியக் குறிக்கோள்களாகவும் நலன்களாகவும் மாறின. பத்தொன்பதாம்

நூற்றாண்டில் சமூகப் பண்பாட்டுப் புத்துயிர்ப்பு இயக்கத்தின் முன்னோடிகளாக விளங்கிய ராம்மோகன் ராய், தயானந்தர், விவேகானந்தர் தொடங்கி இந்திய தேசிய காங்கிரஸ் கட்சியில் வலதுசாரி, இடது சாரித் தலைவர்களாக விளங்கிய திலகர், காந்தி, நேரு வரையிலுமானவர்கள் பல்வேறு வகைப்பட்ட விளக்கங்களை முன்வைத்த போதிலும் அவர்களுக்கு மத்தியில் பொதுத்தன்மையும் ஒரே மாதிரியான நோக்கமும் இருந்தது. பழைமைப் பிடிப்புள்ள சாதி - வர்க்க அமைப்பினுள் நவீனத்துவத்தைத் தேர்ந்தெடுத்து இணைப்பது; அதன்மூலம் மக்கள் மீது உயர்சாதியினர் பெற்றுள்ள சலுகைகளையும் ஆதிக்கத்தையும் தொடர்ந்து நிலைநிறுத்தி வருவது ஆகியவைதான் அவர்களுக்கிடையிலிருந்த அந்தப் பொதுத் தன்மையாகும். மாற்றத்துடன் கூடிய தொடர்ச்சி என்ற இந்தப் பார்ப்பனியக் கூட்டிணைவை உருவாக்கியதில் மிகவும் வெற்றி பெற்றவர் காந்தி ஆவார். மிகவும் சாமர்த்தியமாக அரசியல், மதம் என்ற இரண்டின் மீதும் ஒரே நேரத்தில் இவர் சவாரி செய்தார். அரை நிர்வாண ஞானியாகவும் - பணக்காரர்கள் மற்றும் ஆதிக்கவாதிகளின் கட்டளையின் பேரில் ஈவிரக்கமற்று அரசியல் நடத்தியவராகவும் இரட்டை வேடமிட்டவர். சூழ்ச்சி நிறைந்த பார்ப்பனர்களும், அவர்களோடு கூட்டு வைத்திருந்த சாதியினரும் மிகத் தொடக்க காலத்திலிருந்தே காந்தியின் மதிப்பை அறிந்திருந்தார்கள். அவர்கள் நன்றிப் பெருக்கோடு காந்திக்கு மிக உயர் தலைமைப் பதவியைத் தந்தார்கள். தங்களுடைய மகாத்மாவாக அவரைத் தவறாகப் புரிந்துகொண்ட மக்களுக்கு, அவருடைய உண்மையான முகம் தொடர்ந்து தெரியாமல் இருக்கும் விதமாக அவரை மிக உயர்ந்த பீட்த்தில் அமர்த்தினார்கள் (மே.கு.நூல்).

காலணி ஆட்சியின்போது இத்துணைக் கண்டத்தின் பல்வேறு பகுதிகளில் வெடித்துக் கிளம்பிய சாதி - எதிர்ப்பு அல்லது பார்ப்பனரல்லாத - இயக்கங்களில் முன்னோடிகளும், கீழ்த்தட்டு மக்களின் தலைவர்களும் ஒற்றைக் கற்பாளம் போல இறுகிப்போன இந்தப் பார்ப்பனியத் தேசியத்தின் மீது நேரடித் தாக்குதலைத் தொடுத்தார்கள். அனைத்து மக்களுக்குமான சமத்துவத்திற்காகவும் விடுதலைக்காகவும் எதிர்ப்புக் குரல் தந்து வந்த பார்ப்பனியமல்லாத நீண்ட மரபுகளோடு தங்களை இணைத்துக்கொண்டவர்கள் இத்தலைவர்கள். பிரிட்டிஷ் காலனி ஆதிக்கத்தைக் காட்டிலும் பார்ப்பனிய மத - சமூக அமைப்பானது மிகவும் தீவிரமானது என்றும், இந்த அமைப்பை ஒழிப்பது என்பது தேச நிர்மானத்தின் ஓர் ஒருங்கிணைந்த பகுதியாக இருக்க வேண்டும் என்றும் இத்தலைவர்கள் வாதிட்டார்கள்.

இத்தலைவர்கள் முன்வைத்த விளக்கங்கள் காலம், இடம், வட்டார வேறுபாடுகள் என்ற அடிப்படையில் பல்வகைப்பட்டவையாக, பன்மைத்தன்மை கொண்டவையாக இருந்தன; இருப்பினும் இந்தச் சாதி - எதிர்ப்புத் தலைவர்கள் சமூக நீதியையும் சமூக ஜனநாய கத்தையுமே தெளிவாக வலியுறுத்தி வந்தார்கள், அதற்காகப் போரா டியும் வந்தார்கள். சாதியையும் சமூகத் தடைகளையும் ஒழிப்பதற்காக இவர்கள் மிகத் தீவிரமாகப் போரிட்டார்கள். சாதியால் ஒடுக்கப் பட்ட மக்களின் குடியுரிமைகளுக்காகவும், மனித உரிமைகளுக் காகவும் இவர்கள் போராடினார்கள். பார்ப்பனியமல்லாத மற்றும் ஜனநாயக மதிப்பீடுகளின் அடிப்படையில் அமைந்த ஒரு புதிய சமூகத்திற்காகவே அவர்கள் நின்றார்கள். பார்ப்பனியத்தை அம்பலப் படுத்துவதற்காகவும் சமூக - பண்பாட்டு மறுநிர்மாணத்திற்காகவும் போராடிய இந்தத் தலைவர்களை, குறுகிய கண்ணோட்டம் கொண்ட வர்கள் என்றும், சாதியவாதிகள் என்றும் மேலாதிக்கச் சொல்லாடல் தொடர்ந்து ஒதுக்கியே வருகிறது. ஆனால், பண்பாட்டுத் தேசியம் என்ற மெல்லிய திரையின் மூலம் பார்ப்பனியத்தைப் பல்வேறு வழிகளில் நியாயப்படுத்தி வருபவர்கள் தீர்க்கதரிசனமும் நேர்மையும் கொண்ட தேசியத் தலைவர்களாகப் பெருமிதப்படுத்தப்படுகிறார்கள் (மணி 2005).

ஜோதிராவ் பூலேவும் சாவித்திரிபாய் பூலேவும்தான் நவீன இந்தியாவில் பார்ப்பனிய - சாதியப் பண்பாட்டிற்கும் பார்ப்பனிய மதத்திற்கும் எதிராக முதன்முதலாகப் போர் தொடுத்தவர்கள். இந்த மராட்டியத் தம்பதியினர் முதன்முதலாக ஒரு மிகச்சிறந்த சாதி - எதிர்ப்புக் கருத்தியலை முன்வைத்தனர். புனித முலாம் பூசப்பட்ட சடங்குகளுக்கும் மதிப்பீடுகளுக்கும் எதிராக வெகுமக்கள் போராட் டத்தை வழிநடத்தினார்கள். இவர்களுடைய தனித்தன்மையான சமூக - பண்பாட்டுத் தீவிர முற்போக்குவாதம் அனைத்து ஒடுக்கப் பட்ட மக்களையும் அடித்தளமாகக் கொண்டிருந்தது. பூலே தம்பதி யினர் ஸ்திரீ - சூத்திரர் - ஆதிசூத்திரர் கூட்டணி என்று இதை அழைத் தனர் (ஸ்திரீ என்றால் பெண்கள் என்று பொருள். சூத்திரர் என்றால் சாதியப் படிநிலையில் அடித்தட்டில் இருப்பவர்களும் உற்பத்தியிலும் அடிமைப் பணிகளிலும் ஈடுபட்டு வருபவர்களுமான மக்கள் பிரிவினர் என்று பொருள். ஆதிசூத்திரர் என்றால் சூத்திரருக்கும் கீழானவர்கள் என்று பொருள்; இவர்கள் முன்னர் சாதியற்றவர்கள் என்றும் தீண்டத்தகாதவர்கள் என்றும் இழிவாக அழைக்கப்பட்டனர். சமகால மொழியில் சொல்வதானால் சூத்திரர்களைப் பிற்பட்டவர்கள்

என்றும், ஆதிசூத்திரர்களைத் தலித்துகள் என்றும் குறிப்பிடலாம். ஆனால்,, ஒடுக்கப்பட்டவர்கள் என்ற தங்கள் வரையறைக்குள் பூலே தம்பதிகள் ஏனைய விளிம்புநிலை மக்கள் கூட்டமாகிய பழங்குடி களையும், முஸ்லீம்களையும் சேர்த்தே பேசிவந்தார்கள்).

மேட்டுக்குடியினரின் நூற்றாண்டு காலப் புறக்கணிப்பிற்குப் பின்னர் மகாத்மா ஜோதிபா பூலே (இந்தப் பெயரில்தான் அவர் பிரபலமாக அறியப்பட்டிருந்தார்) மிகத் தாமதமாக இந்தியச் சமூகப் புரட்சியின் தந்தையாக ஏற்றுக்கொள்ளப்பட்டுள்ளார். உயிரோட்ட மான சிந்தனையாளரும், புதிய சமூக அமைப்பை நிர்மாணிக்க விழைந்தவருமான இவர் 1873-ஆம் ஆண்டு சத்திய சோதக் சமாஜம் (உண்மை நாடுவோர் சங்கம்) என்ற அமைப்பைத் தொடங்கினார். இது அடித்தள மக்களின் முதல் சாதி - எதிர்ப்பு அமைப்பாகும். சாதிய - பார்ப்பனியப் பண்பாட்டிற்கு எதிரான கொள்கை அறிக்கை என்று சொல்லக்கூடிய குலாம்கிரி (அடிமைத்தனம்) என்ற புகழ்பெற்ற நூல் உள்ளிட்ட பல்வேறு புரட்சிகர நூல்களை இவர் எழுதியுள்ளார். பல்வேறு படிநிலைகளையும் ஒடுக்குமுறைகளையும் கொண்ட அமைப்புமுறைக்கு எதிராக இவர் முன்வைத்த விமர்சனம்; அறிவுக்கும் - அதிகாரத்திற்கும் இடையில் நிலவிவந்த கூட்டணி குறித்து இவர் முன்வைத்த பகுப்பாய்வு; புராணங்களை அடிப்படையாகக் கொண்டு பார்ப்பனர்கள் முன்வைத்த வரலாற்றை இவர் கட்டவிழ்த்த முறை; இந்த வரலாற்றுக்கு மாற்றாகக் கடந்தகாலம், நிகழ்காலம் குறித்து இவர் முன்வைத்த மாற்று வாசிப்பு; பார்ப்பனிய மதத்தையும் அதன் வேத நூல்களையும் இவர் அம்பலப்படுத்திய விதம்; பெண்கள் மீதான ஒடுக்குமுறை குறித்தும் சாதியத்திற்கும் ஆணாதிக்கத்திற்கும் இடையில் நிலவி வந்த பரஸ்பர உறவு குறித்தும் இவர் முன்வைத்த மிக உயர்ந்த பாலினச் சமத்துவக் கண்ணோட்டம்; எழுச்சி பெற்று வந்த இந்து பார்ப்பனியத் தேசியமானது மேட்டுக்குடியினரால் தங்களை வலுப்படுத்திக்கொள்வதற்கான முன்னெடுக்கப்படும் இயக்கம் என்றும் அது இருண்மை வாதப் போக்கின் ஒரு விரிவாக்கம் என்றும் இவர் மிக அற்புதமாக அம்பலப்படுத்திய முறை; இவை அனைத்திற்கும் மேலாகக் கல்வி முறையை ஜனநாயகப்படுத்த வாழ்நாள் முழுக்க இவர் முன்னெடுத்த இயக்கங்கள்... இத்தகைய அம்சங்கள் ஒருசிலரின் நூல்களில் ஆய்வுத் திறத்தோடும் எளிய நடையிலும் முன்வைக்கப்பட்டுள்ளன (தனஞ்செய் கீர் 1964; கெய்ல் ஓம்வெத் 1976; ஓ'ஹேன்லன் 1985; சக்ரவர்த்தி 1998; மணி 2005).

புரட்சியாளரான தனது கணவருக்கு நிகராகச் சாவித்திரிபாய் பூலே வும் (1831-1897) போராட்டங்களில் ஈடுபட்டிருந்தார்; துன்பங்களை

அனுபவித்தார்; ஆனால்,, சாதியவாதிகள், ஆணாதிக்கவாதிகள் ஆகியோரின் புறக்கணிப்பின் காரணமாக சாவித்திரிபாய் பூலே தொடர்ந்து இருட்டடிப்பிற்கு உள்ளாகி வருகிறார். கல்வித்துறை வட்டாரங்களில் ஜோதிராவ் பூலேவின் மனைவி என்ற அடையாளத்தைத் தவிர இவரைப் பற்றி வேறெதுவும் தெரியாது. நவீன இந்தியாவின் முதல் பெண் ஆசிரியர், மக்கள் கல்வியின், பெண் கல்வியின் தீவிர ஆதரவாளர், பெண் விடுதலையின் பாதுகாவலர், அரசியல் கவிதையின் முன்னோடி, ஆதிக்க சாதிகளையும், ஆணாதிக்கத்தையும் எதிர்த்து நின்ற துணிச்சலான மக்கள் தலைவர் என்ற தகுதிகளைக் கொண்ட இவர், தனக்கென ஒரு சுயமான அடையாளத்தையும் இடத்தையும் நிச்சயம் பெற்றிருக்க வேண்டும். நவீன இந்தியாவின் வரலாற்றில் சாவித்திரிபாய் பூலே போன்ற ஒரு முக்கியமான ஆளுமை பற்றி எதுவும் குறிப்பிடப்படாமல் இருப்பது என்பது மேட்டுக்குடிகளின் கட்டுப்பாட்டிலுள்ள அறிவு - உற்பத்தியின் கொடூரத்தன்மைக்கு ஒரு சிறந்த எடுத்துக்காட்டாகும். இப்படிச் சொல்வதனால் சாவித்திரிபாய் பூலேவின் தனித்தன்மையான பொது வாழ்க்கை குறித்தும், அவருடைய பங்களிப்புக் குறித்தும் எம்.ஜி. மாலி, ஜி.பி. சர்தார், ஹரி நார்கே, பூல்வந்தபாய் ஜோத்கே போன்ற மராத்தி எழுத்தாளர்கள் எழுதியுள்ள நூல்களை நாம் மறுப்பதாகப் பொருள் கொள்ளக் கூடாது. இவருடைய வாழ்க்கையும் போராட்டமும் பெரும் எண்ணிக்கையிலான மக்களால் பாராட்டப்படுவதற்கான தகுதியைக் கொண்டிருக்கின்றன. பிற மாநில மக்களும் அறிந்திருக்க வேண்டிய ஒருவர் என்ற தகுதி இவருக்குண்டு. இந்தத் திசையில் மேற்கொள்ளப்பட்ட ஒரு சிறு முயற்சிதான் இக்கட்டுரைத் தொகுப்பு.

சாவித்திரிபாய் பூலேவினுடைய போராட்டத்தின் முக்கியத்துவத்தைப் பற்றிக் குறிப்பிடுவதற்கு முன்னால், பூலே தம்பதியினருக்கு இடையில் பரஸ்பரம் நிலவிவந்த ஓர் அற்புதமான, அழகான உறவு குறித்துச் சிறிது பார்க்கலாம். பொதுவாழ்க்கை உள்ளிட்டு அனைத்து அம்சங்களிலும் இவ்விருவரும் ஒருவருடன் ஒருவர் முழுமையாக அடையாளப்படுத்திக் கொண்டதுதான் இவர்களை ஈடிணையற்ற தம்பதிகளாக ஆக்கியிருக்கிறது. வைதீகச் சக்திகளின் அதிகாரத்தையும் ஆதிக்கத்தையும் எதிர்த்துத் தன்னுடைய கணவருடன் இணைந்து கல்வி சார்ந்த நடவடிக்கைகளை முன்னெடுத்தபோது பெண்களுக்கும் தலித்துகளுக்கும் தனியாகப் பள்ளிகளைத் தொடங்கியதிலும், அவற்றை நடத்திச்சென்றதிலும் கணவருக்கு நிகரான பங்கு வகித்த போது - இவர் மிக இளம் வயதினராக இருந்தார். பார்ப்பனியச்

சூழ்ச்சியின் காரணமாக, தலித்துகளும் பெண்களும் காலங்காலமாக் கல்வி பயிலும் உரிமையிலிருந்து விலக்கி வைக்கப்பட்டிருந்த ஒரு சூழலில், அம்மக்களுக்குக் கல்வி கற்றுத்தர எடுக்கப்பட்ட முயற்சி களுக்கு எதிர்வினையாக ஏற்படவிருந்த எதிர்ப்பை நினைத்து அஞ்சிய ஜோதிபாவின் தந்தை, அத்தம்பதியினரைக் கடுமையாகத் திட்டி, ஒதுக்கி வைத்து, பின்னர் இறுதியாக வீட்டைவிட்டுத் துரத்திய போது ஜோதிபாவின் வயது 22; சாவித்திரியின் வயது 18. இளம் வயதினர் இருவர், ஒருவர் மீது ஒருவர் கொண்டிருந்த காதலுக்காகச் சொந்தக் குடும்பத்தையும் சமூகத்தையும் எதிர்க்கவில்லை; மாறாக, கல்வி கற்றுக்கொள்வதும், அதன் மூலம் தங்கள் வாழ்க்கையை மாற்றி அமைத்துக்கொள்வதும் ஒவ்வொரு பெண்ணுடைய, ஒவ்வோர் ஆணுடைய, ஒவ்வொரு குழந்தையுடைய உரிமையாகும், தெய்வீக உரிமையாகும், பிறப்பு உரிமையாகும் என்ற உன்னதமான நம்பிக்கை யோடு, நசுக்கப்பட்டவர்களின், அடிமைத்தளையில் சிக்குண்டவர் களின் விடுதலைக்காக அவர்கள் முன்னின்றதற்காகச் சொந்தக் குடும்பத்தையும் சமூகத்தையும் எதிர்த்து நின்றார்கள். தங்களுடைய வாழ்நாள் முழுவதும் இந்தப் புரட்சிகர உணர்வை உயிர்த்துடிப் போடு பேணி வந்ததும், இவர்களுக்கு இணையாக மிகச் சிலரையே உதாரணம் காட்ட முடியும் என்று சொல்லுமளவிற்குச் சமூகம் மற்றும் அரசியல் நடவடிக்கைகளில் ஒரு சாதனையை விட்டுச் சென்றதும் இவர்களின் கூடுதலான தனிச்சிறப்புகளாகும்.

சாவித்திரிபாய், ஜோதிராவ் ஆகிய இருவரைப் பொறுத்தவரையிலும் நியாயம், நீதி, ஆணுக்கும் பெண்ணுக்கும் இடையில் சமத்துவம் போன்ற இலட்சியங்கள் அவர்களிடம் இயல்பாகவே இருந்தன. ஒரு பெண் என்ற வகையில் சாவித்திரிபாய் அதிகம் துன்பத்தை அனுபவித்ததால் இந்த இலட்சியங்கள் இவரிடம் கூடுதலாகவே இருந்தன என்று சொல்லலாம். அனைவரையும் ஏற்றுக் கொள்ளக் கூடியதும் கருணை நிறைந்ததுமான உலகத்தின் தேவை குறித்து இவரிடம் பற்றுறுதி ஏற்படுத்துவதற்கு எந்த அவசியமும் இருக்க வில்லை. தொடக்கத்திலிருந்தே தனக்கெனத் தெளிவான, தீர்க்கமான பற்றுறுதியை இவர் கொண்டிருந்தார். பின்னாட்களில் தோன்றிய தீவிர முற்போக்குவாதிகளும் பெண்ணியவாதிகளும் மனிதர்களின் இரட்டைத் தன்மையையும், அவர்கள் இயங்குவதற்குக் காரணமான அடிப்படைகளையும் நன்கு கற்றறிந்தவர்களாக இருந்தார்கள் என்பது உண்மைதான். ஆனால்,, இந்தப் புரட்சிகர அறிவைத் தங்கள் சொந்த வாழ்க்கையிலேயே நடைமுறைப்படுத்த முடியாத

அவர்களால், மற்றவர்களின் வாழ்க்கையில் கிளர்ச்சியை ஏற்படுத்த முடியாது. அவர்களைக் காட்டிலும் சாவித்திரிபாய் கல்வியறிவு குறைந்தவர் என்பதால் அவருடைய புரட்சிகரப் பண்பில் குறை காண முடியுமா?

புரட்சிகரச் சிந்தனையாளர் மார்க்ஸ் முன்வைத்த, "தத்துவவாதிகள் உலகத்தைப் பல்வேறு வழிகளில் புரிந்து மட்டுமே உள்ளனர். இருப்பினும், அதை மாற்ற வேண்டும் என்பதுதான் விஷயமே" என்ற வரையறைக்குச் சாவித்திரிபாய் பூலேவின் வாழ்வும் போராட்டமும் ஓர் அற்புதமான எடுத்துக்காட்டாகும். பல்வேறு வழிகளில் இவர் உலகைப் புரிந்துவைத்திருக்கவில்லை. ஒரே ஒரு எளிய வழியில் மட்டுமே இவர் உலகைப் புரிந்துவைத்திருந்தார். உலகத்தை அதிக மனிதநேயமிக்கதாகவும், கருணை நிறைந்ததாகவும், அனைவரையும் ஏற்றுக்கொள்ளக் கூடியதாகவும் மாற்ற வேண்டியதன் அவசியத்தையும் சாத்தியத்தையும் மட்டுமே இவர் புரிந்துவைத்திருந்தார். இந்த எளிமையான புரிதலைத் தன்னுடைய வாழ்க்கையில் மகத்தான முறையில் நடைமுறைப்படுத்தினார் என்பதுதான் இவரது பெருமை.

சாதி-எதிர்ப்புப் போராட்டங்களிலும் பெண்களின் போராட்டங்களிலும் சாவித்திரிபாயின் பங்கு தனிச்சிறப்பானது. பத்தொன்பதாம் நூற்றாண்டில் இந்தியாவில் தோன்றிய அனைத்துச் சமூக இயக்கங்களின் கண்ணோட்டங்களோடு ஒப்பிடும்போது, ஆணாதிக்கத்தைச் சாதியோடு இணைத்துப்பார்த்தவர் இவர் ஒருவர் மட்டுமே. ராஜா ராம் மோகன் ராய், தயானந்தர், விவேகானந்தர் போன்ற புகழ்வாய்ந்த ஆன்றோர்களால் வழிநடத்தப்பட்ட மேன்மையான சமூக - பண்பாட்டுப் புத்துயிர்ப்பு இயக்கங்கள் நிறைந்த நூற்றாண்டு எனப் பத்தொன்பதாம் நூற்றாண்டு வரலாற்றுப் பாடநூல்களில் கொண்டாடப் படுகின்றது. சமூகத்தின் உயர்மட்டத்தோடு மட்டுமே நின்று விட்ட இந்திய மறுமலர்ச்சியானது நவீன - பார்ப்பனிய இந்துத் துவத்தின் மேலாண்மையோடும், தன்னை வலுப்படுத்திக்கொள் வதை மட்டுமே நோக்கமாகக் கொண்டிருந்த பண்பாட்டுத் தேசியத் தோடும் மிக நெருக்கமாகப் பின்னிப்பிணைந்திருந்தது என்ற உண்மை இங்கே சொல்லப்படவில்லை. பார்ப்பனர்கள், அவர்களோடு கூட்டு வைத்திருந்த சாதிகள் என மேல்தட்டுச் சமூகப் பிரிவுகள் மீது மட்டுமே கவனத்தைக் குவித்து வந்த ஒரு போக்குக்கு எதிராகச் சவால் விடுத்த சமூக - பண்பாட்டுப் போராட்டத்தில் சாவித்திரிபாய் பூலே முன்களத்தில் இருந்தார். பெண்களும் ஒடுக்கப்பட்ட சாதி

மக்களும் காலங்காலமாக வகித்துவந்த அடிமைப்பாத்திரத்தைத் தூக்கியெறியும்படி அவர்களுக்கு நம்பிக்கையூட்டினார்.

இந்தியாவில் முதன்முதலாகப் பெண்களுக்கெனப் பள்ளியைத் தொடங்கியது மட்டுமல்ல, 1852-ஆம் ஆண்டிலேயே மகிளா சேவா மண்டல் என்ற பெண்கள் சங்கத்தையும் சாவித்திரிபாய் தொடங்கி வைத்தார். பெண்களின் மனித உரிமைகள் மீதும், மற்ற சமூகப் பிரச்சினைகள் மீதும் பெண்கள் மத்தியில் இச்சங்கம் விழிப்புணர்ச்சியை ஏற்படுத்தி வந்தது. ஒரு பெண் என்ற முறையிலும் பாலின ஒடுக்கு முறையைச் சாதியோடும், பார்ப்பனிய ஆணாதிக்கச் சமூகத்தோடும் இணைத்துப் பார்த்தவர் என்ற முறையிலும் பெரும்பாலான பெண்கள் அனுபவித்து வந்த இரட்டை அடக்குமுறையை இவரால் எளிதாக அடையாளம் காணமுடிந்தது. பெண்களுக்கு மட்டுமே ஏற்படக்கூடிய சிக்கல்களைத் தீர்த்து வைக்கும் பணியில் பல்வேறு மட்டங்களில் - இவர் தன்னை ஈடுபடுத்திக் கொண்டார். விதவைகள் மீதான அடக்கு முறைக்கு எதிராக இவர் பிரச்சாரம் செய்தார். விதவைகள் மறுமணத்தை ஆதரித்தார்; ஊக்கப்படுத்தினார். கள்ள உறவில் பிறந்த குழந்தைகள் கொலை செய்யப்படுவதற்கு எதிராகப் பிரச்சாரம் செய்தார். அக்குழந்தைகளுக்காக ஒரு மறுவாழ்வு இல்லத்தையும் இவர் தொடங்கினார். இவருடைய சொந்த வீடே, கைவிடப்பட்ட பெண்களின், அனாதைக் குழந்தைகளின் புகலிடமாக மாறியது. விதவைப் பெண் களுக்கு மொட்டையடிப்பதை எதிர்த்து நாவிதர்களின் வேலை நிறுத்தத்திற்கு ஏற்பாடு செய்து அதில் வெற்றியும் கண்டார். உயிருக்கே ஆபத்தான சூழலிலும் இவர் இப்பணிகளை முன்னெடுத்து வந்தார். பெண்களுக்கு எதிரான இம்மாதிரியான நடைமுறைகளில் பெரும் பாலானவை இன்று பின்னுக்குச் சென்றிருக்கலாம். ஆனால்,, இவருடைய காலத்தில் இந்நடைமுறைகள் எண்ணற்ற பெண்களை வேதனைப்படுத்தி அவர்களை அழித்தும் வந்தன. பெண்கள் விரோத நடைமுறைகளுக்கு எதிராக இவர் காட்டிய எதிர்ப்பிற்காக அவதூறு செய்யப்பட்டார்; அவமதிக்கப்பட்டார்; தாக்கப்பட்டார். ஆனால்,, இவருடைய போராட்டம் - மகாராஷ்டிரத்தில் - பாலின நீதிக்காகப் போராடிய தனிச்சிறப்பான பிரச்சாரகர்களான டாக்டர் ஆனந்தி பாய் கோபால் ஜோசி, பண்டித ரமாபாய், தாராபாய் ஷிண்டே, ரமாபாய் ரானடே போன்றோரின் தலைமுறைக்கு ஊக்கத்தையும் உற்சாகத்தையும் தந்தது.

நவீன மராத்தியில் மற்றவர்கள் பின்பற்றக்கூடிய முன் மாதிரிக் கவிஞராகவும், தீவிரமான பற்றுறுதி கொண்ட எழுத்தாளராகவும்

சாவித்திரிபாய் பூலே திகழ்கிறார் என்பது வெகுசிலருக்கே தெரியும். இவருடைய கவிதையும் ஜோதிராவுக்கு இவர் எழுதிய கடிதங்களும் - அவற்றில் சில இந்நூலில் சேர்க்கப்பட்டுள்ளன - இவருடைய கூருணர்ச்சியையும் புரட்சிகரச் சிந்தனையையும் வெளிக்காட்டுகின்றன. மிகச்சிறந்த பேச்சாளராகவும் இவர் திகழ்ந்தார். தன்னுடைய முக்கிய மான உரைகளை இரு தொகுதிகளாக வெளியிடுவது பயனுள்ளதாக இருக்கும் என்று இவர் கருதினார். ஜோதிபா பூலேவின் உரைகளைத் திரட்டி அவற்றைத் தொகுத்து வெளியிட்டார். சாதியும் ஆணாதிக்கச் சமூகமும்தான் இவருடைய அறிவுத்துறை சார்ந்த செயல்பாடுகளின் குறியிலக்குகளாக இருந்தன. தன்னைப் போலவே மற்றவர்களின் மனதிலும் நெருப்பு கனன்றெரிய வேண்டும் என்று இவர் விரும் பினார் என்பதை இவருடைய எழுத்துகள் காட்டுகின்றன. நவீனக் கல்வியையும் ஆங்கிலத்தையும் தீவிரமாக ஆதரித்து வந்தார். "சாதியை ஒழிக்க ஆங்கிலத்தைப் பயில்," என்பதே இவருடைய சில கவிதைகளில் திரும்பத்திரும்ப இடம்பெற்ற வரியாக இருந்தது.

சத்திய சோதக் சமாஜத்தின் உயர் தலைவர்களில் ஒருவராக சாவித்திரி பாய் பூலே இருந்தார். அதனுடைய அன்றாட நடவடிக்கைகளைக்கூட இவர் கவனித்து வந்தார். சமாஜத்தின் பெண்கள் பிரிவுக்கு இவர் தலைவராக இருந்தார். சத்திய சோதக்கின் ஊழியர்களைச் சமூகப் பிரச்சினைகள் குறித்த பிரச்சாரங்களிலும் நடவடிக்கைகளிலும் ஈடுபடுத்திவந்தார். இவருடைய நேர்மை, பற்றுறுதி, சமூக நடவடிக்கை களில் இவர் நீண்ட காலம் பங்கெடுத்துவந்த அனுபவம் ஆகிய வற்றினால் இவர் மீது விசுவாசம் கொண்டிருந்த சமாஜத்தின் ஊழியர்கள் - பூலேவின் இறப்பிற்குப் பின்னர் - சமாஜத்திற்குத் தலைமை ஏற்கும்படி இவருக்கு வேண்டுகோள் விடுத்தனர். அதன் படி இவர் அதற்குத் தலைமை வகித்தார். 1896-97-ஆம் ஆண்டு நடந்த சமாஜத்தின் ஆண்டுக் கூட்டத்திற்கும் இவர் தலைமை வகித்தார். 1896-97-ஆம் ஆண்டுகளில் ஏற்பட்ட பஞ்சத்தின் போதும், பிளேக் நோய் பரவியபோதும் இவர் சமாஜத்தை முன்னின்று வழி நடத்தினார்.

தனிச்சிறப்பான ஓர் அடிப்படையுணர்வு சாவித்திரிபாய் பூலேவின் வாழ்க்கைக்கும் போராட்டத்திற்கும் ஆதாரமாக இருந்து அவரை இயக்கி வந்தது. ஆழமான பக்தியும் பரிவும் கொண்டிருந்த இவர், ஓர் உயர்ந்த சக்தியின் கருணையிலிருந்து ஊக்கத்தையும் வலிமையையும் பெற்றுக்கொண்டார். இருப்பினும், ஏற்றத்தாழ்வுகளைக் கற்பித்து வந்த பார்ப்பனியக் கடவுள்களுக்கு எதிராக இவர் போர் தொடுத்ததற்கு

ஓர் உயர்ந்த சக்தியின் மீது இவர் கொண்டிருந்த நம்பிக்கையே காரணமாக இருந்தது. சாதியத்தால் பீடிக்கப்பட்ட பார்ப்பனிய மதத்தையும் அதன் சடங்குகளையும் இவர் வெறுத்தார். ஆனால், மற்ற மதங்களின் - குறிப்பாகக் கிறித்தவத்தின் - உன்னதமான நல் லொழுக்கக் கோட்பாடுகள் மீது - பெரும் பற்றுக் கொண்டிருந்தார். கருணையும் தனிமனிதனைச் சமூகத்தோடு இணைக்கும் புனிதமான நன்னடத்தையுமே இவருடைய மத உணர்ச்சியின் மையமாக இருந்தது. ஜோதிபா பூலேவைப் போலவே இவரும் மனிதர்களை மாற்றத்திற்கு உட்படுத்தும் அரசியல் செயல்பாட்டில் பண்பாடு மற்றும் மதத்தின் சக்தியை உணர்ந்திருந்தார். நிறுவன மயமாக்கப் பட்ட மதங்கள் குறிப்பாக சாதிய - பார்ப்பனிய இந்துமதம் - நீண்ட காலமாகவே புரட்சியாளர்களின் தாக்குதல் இலக்காக இருந்து வரு கிறது. ஆனால்,, தீவிர சமயச்சார்பின்மை பேசிவரும் பெரும்பாலோர் அனைத்து மத - ஆன்மீக அனுபவங்களையும் போலித்தனமானது என்று ஒதுக்கி வைக்கின்றனர்; இது அறிவுக்குப் பொருந்தாத ஒன்று. மார்க்ஸ் மதத்தை ஏற்றுக்கொள்ளாதவர் என்று பொதுவாகச் சொல்லப் படுவது உண்டு; ஆனால், அது உண்மையல்ல. அவருடைய எழுத்தைக் கவனமாகப் படித்தால் இது தெளிவாகத் தெரியும். உரிமை குறித்த ஹெகலின் தத்துவ விமர்சனத்திற்கு ஒரு பங்களிப்பு என்ற நூலில் அவர் எழுதியுள்ளதைப்போல, “மதவேதனை என்பது அதே நேரத்தில் உண்மையான வேதனையின் வெளிப்பாடாகவும் இருக்கிறது. அடக்கப் பட்ட மக்களின் ஏக்கப் பெருமூச்சாக, இதய மற்ற உலகில் இதய மாக, ஆன்மாவற்ற சூழலில் ஆன்மாவாக மதம் விளங்குகிறது. இது மக்களுக்கு அபினியாக இருக்கிறது.” வேறு வார்த்தைகளில் சொல்வ தானால் மதம் என்பது மக்களுக்கு மாயையான ஒன்றல்ல. மதத்தைப் பயன்படுத்திக்கொள்வதா அல்லது நிந்திப்பதா என்பதுதான் முக்கிய மான விஷயமாகும். நிறுவனமயமாக்கப்பட்ட பெரும்பாலான மதங்கள் அதிகாரச் சக்திகளுடன் கூட்டு வைத்துக்கொண்டு ஒடுக்கு முறைச் சூழலோடு ஒத்துப்போகின்றன. ஆனால், அதே வேளையில், சுரண்டலற்ற உலகை நிர்மாணிப்பதற்காக இறைவனையும் மதத் தையும் துணைக்கழைக்கும் மத - ஆன்மிகப் பெரியோர்களைக் கொண்ட மற்ற மரபுகளும் இருந்து வருகின்றன. மத்திய காலத்தைச் சேர்ந்த பெரும் ஞானிகளும் கவிஞர்களுமான கபீர், ராம்தாஸ், துக்காராம் போன்றவர்கள் ஒடுக்குமுறையாளர்களின் அரசியலையும் அதிகாரத்தையும் தாக்குவதற்காக மத வழக்கங்களைப் பயன்படுத்தி னார்கள். அம்மகான்களின் கரங்களில் மதம் அடக்குமுறையை

எதிர்க்கும் கருவியாக மாறியது. மறுபுறம், ராமசரித மனஸ் என்ற நூலின் ஆசிரியரான துளசிதாசர் சாதியத்திற்கும் பார்ப்பனியத்திற்கும் முட்டுத் தருவதற்கு மிகவும் அப்பட்டமான முறையில் மதத்தைப் பயன்படுத்தினார் (மணி 2005). கபீருக்கும் துளசிதாசருக்கும் இடையில் இமாலய வேறுபாட்டைக் காணலாம். எண்ணற்ற நாத்திக, தீவிர முற்போக்காளர்களைப் போலல்லாமல், சாவித்திரிபாயும் ஜோதிபா பூலேவும் மக்களின் கற்பனையின் மீது மதம் கொண்டிருந்த ஆற்றல் குறித்தும், செல்வாக்கு குறித்தும் கூருணர்ச்சி கொண்டிருந்தனர். உண்மையான மதம் சாதியத்திற்கும் பார்ப்பனியத்திற்கும் அப்பாற் பட்டது என்று அவர்கள் கருதினார்கள். மக்களுக்கு விடுதலை அளிக்கக்கூடிய ஒரு மதத்தை உருவாக்க அவர்கள் பாடுபட்டார்கள். பூலே தொடங்கிய சர்வஜனிக் சத்ய தர்மம் என்ற அமைப்பானது - அதனுடைய பெயரே சுட்டிக்காட்டுவது போல - அனைவரையும் உள்ளடக்கிய ஒரு விடுதலை மதத்தைக் கட்டுவதற்கான ஒரு முயற்சியாகவே இருந்தது.

ஒடுக்கப்பட்ட மக்களின் பொருண்மை விடுதலையும் சமூக - ஆன்மீக விடுதலையுமே சாவித்திரியாய் பூலேவினுடைய போராட் டத்தின் மையமாக இருந்தது. பேசுவதைக் காட்டிலும் செயலில் தன்னுடைய இலட்சியத்தை இவர் பின்பற்றி வந்ததுதான் இவருடைய மேன்மைக்கு ஓர் அளவுகோலாக விளங்குகிறது. மற்றவர்களின் குழந்தைகளைக்கூடத் தன் சொந்தக் குழந்தைகள் போலக் கருதி அக்கறைகாட்டி வந்ததையும் பலவீனமானவர்கள் மீதும் கைவிடப் பட்டவர்கள் மீதும் குறிப்பாக இவர் அன்பு காட்டிவந்ததையும் இவருடைய வாழ்க்கை வரலாற்றை நன்கு தெரிந்தவர்கள் அறிந்து வைத்திருப்பர். கொள்ளை நோய் பாதித்த ஒரு குழந்தைக்குச் சிகிச்சை அளித்துவந்த போதுதான் இவர் இறந்தார். கொள்ளை நோயால் பாதிக்கப்பட்ட மக்களுக்குச் சேவை புரிந்த போது இவரையும் நோய் தொற்றியது. இவர் வாழ்க்கையிலும் சரி, இறப்பிலும் சரி, பெருந்தன்மையில், விழுமியத்தின் மனித உருவாகத் திகழ்ந்தார். இவருடைய தனிப்பெரும் சிறப்பிற்குப் பகட்டான சொற்களோ, அருவமாக முன்வைக்கப்பட்ட உன்னதமான இலட்சியங்களோ காரணமல்ல. மாறாக, இவருடைய அன்றாடப் பொது வாழ்க்கையும், வேதனைக்குள்ளான மக்களோடு சேர்ந்து தானும் வேதனைப் பட்டதும் தான் அதற்குக் காரணமாகும்.

சமூக ஜனநாயகத்தில் நம்பிக்கை கொண்டுள்ள அனைவருக்கும் சாவித்திரிபாய் பூலே முன்னெடுத்த புரட்சிகரப் பணியும் அதை

அடைய அவர் எடுத்த முயற்சிகளும் - இன்றும்கூட - ஒரு சவாலாகவே இருந்துவருகின்றன. மொத்தச் சூழலிலும் காலத்திலும் பெரும் மாற்றங்கள் ஏற்பட்டுவிட்டன. ஆனால்,, ஜனநாயகம் ஆழமடைந்து வருகிறது என்று சொல்லிக்கொண்ட போதிலும், இந்தியாவில் இன்றும் கூடப் பெரும்பான்மையான மக்கள் பொருளாதார, சமூக, பண்பாட்டு அடிமைத்தளையில் சிக்குண்டுள்ளனர். பெரும்பாலான சட்டமன்ற உறுப்பினர்களும் அமைச்சர்களும் முதல்வர்களும் - அவ்வளவு ஏன் - இந்தியப் பாராளுமன்றத்திலும் மாநிலச் சட்டமன்றங்களிலும் ஆதிக்கம் செலுத்திவரும் தலித் - பிற்படுத்தப்பட்ட சாதி உறுப்பினர்களும் கூட சாவித்திரிபாய் பூலேவின் மேன்மையான போராட்டத்தையும் பொது வாழ்க்கையையும் மறந்துவிட்ட சூழலில் அதை முன்னெடுத்துச் செல்வதைப் பற்றிப் பேசுவதற்கு என்ன இருக் கிறது? மேல்சாதி அரசியல்வாதிகளின் விளையாட்டை நன்கு புரிந்துகொண்ட உழைக்கும் மக்களும் அவர்கள் சார்ந்த சாதிகளும் தங்களுடைய சொந்த சாதி ஆட்கள் பக்கம் இப்பொழுது திரும்பி யிருக்கிறார்கள். இந்நடவடிக்கை சரியான திசை நோக்கி ஓர் அடி முன்னேற்றமே என்ற போதிலும் அவர்களுடைய சாதித் தலைவர் களும் மேல் சாதித் தலைவர்களைப் போலவே நடந்துகொள்கிறார்கள். சுரண்டல் பேர்வழிகளுடனும் ஊழல் பேர்வழிகளுடனும் கள்ள உறவு வைத்திருக்கிறார்கள். அதிகாரம் மிக்க பதவிகளில் ஒட்டிக் கொண்டிருப்பதிலேயே ஆர்வம் காட்டி வருகிறார்கள்; வெட்கங் கெட்ட முறையில் பார்ப்பனியச் சாதிப் பண்பாட்டுக்கு ஒத்துழைப்புத் தந்து வருகிறார்கள்; அதன் ஊழலில் விருப்பத்தோடு பங்கெடுத்து வருகிறார்கள். இதன் மூலம் பெரும்பாலான தலித் - பிற்படுத்தப்பட்ட சாதி சட்டமன்ற உறுப்பினர்களும் அமைச்சர்களும் சொந்த சாதி மக்களின் மோசமான எதிரிகள் என்பதை மெய்ப்பித்து வருகிறார்கள். சாவித்திரிபாய் பூலே போன்றவர்கள் தங்கள் வாழ்நாள் முழுக்க எத்தகைய சமூகத்தை உருவாக்குவதற்காகப் போராடி வந்தார்களோ, அத்தகைய சமூகத்தை - அனைவருக்கும் கல்வியையும், வாழ்க் கைக்குத் தேவையான அடிப்படை வசதிகளையும் பெற்றுத்தரக் கூடியதுமான ஒரு புதிய சமூகத்தை - நிர்மாணிப்பதையும் அதற்கான ஒரு மாற்று அரசியலையும் மையமாகக் கொண்டு ஓர் ஐக்கியப்பட்ட போராட்டத்தை ஏழை மக்களும், விளிம்பு நிலை மக்களும் நடத்தத் தவறியதன் விளைவே இது. இந்த இடத்தில்தான் சாவித்திரிபாய் பூலேவின் போராட்ட மரபு ஒளி வீசுகிறது; நமது கடமைகளை நினைவூட்டுகிறது; ஒரு சமூக - பண்பாட்டு மாற்றத்திற்கான நம்பிக் கையைத் தருகிறது; இந்த நம்பிக்கையை எதார்த்தமாக மாற்று வதற்கான முயற்சிகளைப் புதுப்பிக்கிறது.

## பொருளடக்கம்

1. மாமனிதர்கள் உருவான சமூகப் பின்னணி — 35
2. ஆசிரியர் - தலைவர் — 50
3. பூலே தம்பதியரின் வாழ்க்கைக்கு வழிகாட்டிய பெண்மணி — 55
4. காதல் கடிதங்கள்: ஜோதிபாவுக்கு சாவித்திரி எழுதிய மூன்று கடிதங்கள் — 62
5. படங்களில் சாவித்திரிபாய் பூலே — 72
6. அரசியல் எழுத்துகளின் முன்னோடி சாவித்திரிபாய் பூலேவின் கவிதைகள் — 79
7. ஒரு தலித் சிறுமியின் கலகம் பூலே பள்ளியில் படித்த ஒரு மாணவியின் கட்டுரை — 86
8. உண்மையைத் தேடி ஓய்வற்ற பயணம் — 93
9. சாவித்திரிபாய் பூலே வாழ்க்கைக் குறிப்பு — 105
10. கட்டுரையாளர்கள் — 107
11. மேலும் வாசிக்க — 108

## 1. மாமனிதர்கள் உருவான சமூகப் பின்னணி

- சிந்தியா ஸ்டீபன்

**ச**மூகப் புரட்சியாளரான மகாத்மா ஜோதிராவ் பூலேவின் மனைவி சாவித்திரிபாய் பூலேவின் பங்கு பற்றிக் குறிப்பிடாமல், இந்தியப் பெண்கள் மற்றும் ஒடுக்கப்பட்ட சாதி மக்களின் கல்விக் காகவும் அவர்களை நவீனப்படுத்துவதற்காகவும் தொடர்ந்து நடந்து கொண்டிருக்கும் போராட்டத்தின் வரலாற்றை விவரித்துவிட முடியாது. முன்னோடியான பெண் அறிஞரும் எழுத்தாளரும் சமூக ஊழியரும் பெண்களின் உரிமைக்காகத் தீவிரமான பிரச்சாரம் செய்தவருமான புகழ்பெற்ற பண்டிதர் ரமாபாய் பிறப்பதற்குப் பத்து ஆண்டுகளுக்கு முன்பே, சூத்திரச் சாதியைச் சேர்ந்த சாவித்திரிபாய் பூலே இந்நாட்டின் முதல் பெண் ஆசிரியர் என்ற தனிச்சிறப்பைப் பெற்றிருந்தார். இவருடைய நீண்ட புகழ்பெற்ற பொது வாழ்க்கையில் இரண்டு கவிதைத் தொகுதிகள் உள்ளிட்டு நான்கு புத்தகங்களை வெளியிட்டார். மகாத்மா பூலே இறந்த பின்னால் சத்திய சோதக் சமாஜத்தின் தலைவராகத் தொண்டாற்றினார். சமூக பண்பாட்டு படைப்புத் தளத்தில் ஒரு புதிய களத்தை உருவாக்கினார்.

மகாராஷ்டிரத்தில் மதமும் அரசியலும் ஒன்றோடொன்று பின்னிப் பிணைந்திருந்த ஒரு காலத்தில், பார்ப்பனிய - நிலப் பிரபுத்துவ சாதிச் சக்திகளின் கட்டுப்பாட்டின் கீழ் அவை ஒரு காலகட்டத்தில் பூலே தம்பதிகள் வாழ்ந்து வந்தார்கள். தன்னுடைய பெரும்பாலான எழுத்துகளில் பூலே வலியுறுத்தியிருந்ததைப் போல, மிக அதிகமான கட்டுப்பாடுகளைக் கொண்டிருந்த சாதிச் சமூக அமைப்பானது உழைக்கும் மக்களையும் சாதிகளையும் ஒடுக்கி வந்தது; அம்மக்களின் உழைப்பையும் அறியாமையையும் மத உணர்ச்சியையும் சுரண்டி வந்தது. அனைத்துச் சாதிகளையும் வர்க்கங்களையும் சேர்ந்த பெண் களின் நிலைமை இதைவிட மோசமாக இருந்தது. பெண்கள் அவ மரியாதைக்குள்ளாக்கப்பட்டார்கள்; ஜடப் பொருள்களைப் போல

நடத்தப்பட்டார்கள்; குடும்ப வேலைகளையும் குடும்ப வருமானத் திற்கான வேலைகளையும் கவனித்து வந்தார்கள்; குடும்பத்தின் பாலியல் விருப்பங்களைப் பூர்த்தி செய்து வந்தார்கள். பொது வாழ்க் கையில் அவர்களுக்கென எந்தப் பங்கும் இல்லை.

சூத்திரர்களுக்கும் ஆதிசூத்திரர்களுக்கும் கல்வி என்பது தொலை தூரக் கனவாக இருந்த ஒரு சூழலில், சூத்திர சாதியைச் சேர்ந்த பூலே கல்வி கற்றதே ஒரு பெரும் அதிசயம்தான். சிறுவனாக இருந்த பூலேவின் அறிவும் கல்வியின் மீது அவன் கொண்டிருந்த ஆர்வமும் அவனுடைய அண்டை வீட்டுக்காரர்கள் இருவரின் கவனத்தை ஈர்த்திருந்தது; அதில் ஒருவர் முஸ்லீம் ஆசிரியர்; மற்றொருவர் கிறித்தவர். பூலேவைப் பள்ளியில் சேர்த்துவிடும்படி அவருடைய தந்தையை இவர்கள் வற்புறுத்தினார்கள். பள்ளியில் பூலே மிக நன்றாகப் படித்தார். இதற்கிடையில் பூலே பதின்மூன்று வயதை எட்டும் முன்னரே, சாவித்திரிபாயை அவருக்குத் திருமணம் செய்து வைத்தார்கள். அடுத்த ஆண்டில், பூனேவில் இருந்த ஸ்காட்டிஷ் மிஷன் பள்ளியில் பூலேவைச் சேர்த்தனர். இதனால் ஆங்கிலக் கல்வி கற்றுக்கொள்ள அவருக்கு ஒரு வாய்ப்புக் கிட்டியது. தாமஸ் பெயினின் புகழ்பெற்ற நூலான மனிதனின் உரிமைகள் (The Rights of Man) என்ற புத்தகத்தை அவர் படித்தார். இந்தப் புத்தகம் அவர் மீது வலுவான பாதிப்பை ஏற்படுத்தியது. இந்தியாவில் கிறித்தவ மதப் பிரச்சாரகர்கள் செய்த நற்பணிகளும், சிவாஜி, மார்ட்டின் லூதர், ஜார்ஜ் வாஷிங்டன் ஆகியோர் குறித்த செய்திகளும் அவருக்கு ஊக்கத்தை ஊட்டியிருந்தன. அவருக்கு சதாசிவ கோவந்தே, வல்வேகர் என்ற இரு நண்பர்கள் இருந்தார்கள். இவர்கள் மூவரும் இணைந்து சமூக மாற்றத்திற்கான பல புதுக் கருத்துகளை முன்வைத்தார்கள். மிக இளம் வயதிலேயே கல்வி குறித்தும் - குறிப்பாகப் பெண்கள் குறித்தும் ஜோதிராவ் புரட்சிகரமான கருத்துகளைக் கொண்டிருந்தார். குடும்பப் பணிகளைக் குறைத்துக்கொண்டு படிக்கவும் எழுதவும் கற்றுக்கொள்ளும்படி சாவித்திரிபாயை ஜோதிராவ் வலியுறுத்தி வந்தார். சாவித்திரிபாயுக்கு இவரே முதல் ஆசிரியராகவும் மாறினார்.

தங்களது கல்வி நடவடிக்கைகளுக்காக - குறிப்பாகப் பெண் கல்விக்கு முன்முயற்சி எடுத்ததற்காக - பூலே தம்பதியினர் கடும் எதிர்ப்பை எதிர்கொண்டார்கள். பெண்கள் கல்வி பயிலக் கூடாது என்பது மரபாக இருந்தது; பல பார்ப்பனிய சாஸ்திர நூல்கள் அதை நியாயப்படுத்தின; பெண்கள் கல்வி கற்றால், "அவர்கள் அனை வருக்கும் கடிதம் எழுதத் தொடங்கிவிடுவார்கள். பெண்ணின் கணவன்

உண்ணும் உணவு புழுக்களாக மாறிவிடும், அவன் அகால மரண மடைந்துவிடுவான்," என நம்பப்பட்டது. பெண்களை வெறுக்கின்ற இம்மாதிரியான மூடநம்பிக்கைகளின் பிடியில் பூலே சிக்கவில்லை. பார்ப்பனிய ஆணாதிக்கச் சமூகத்திலிருந்தும் சாதி அடிமைத்தளையி லிருந்தும் மக்களை விடுதலை செய்ய வேண்டும் என்று அவர் கனவு காணத் தொடங்கினார். இந்த இலட்சியத்தை அடைவதற்காக அவர் பல தளங்களில் பணிகளை முன்னெடுக்கத் தொடங்கினார். பார்ப்பனிய மதத்திற்கு அறைகூவல் விடுத்த முதல் விமர்சனக் கட்டுரைகளை வெளியிட்டார். மக்களுக்கு இலவசக் கல்வி கற்றுத்தரப் பிரச்சாரம் செய்தார். அடிமைத்தனத்தைத் தூக்கியெறிய ஒடுக்கப்பட்ட இந்திய மக்கள் - பெண்கள், சூத்திரர், ஆதிசூத்திரர் - ஒன்றிணைய வேண்டியதன் அவசியத்தை அவர் வலியுறுத்தி வந்தார் என்பதுதான் இவையெல்லாவற்றையும்விட மிக முக்கியமானதாகும். இதற்காக சத்திய சோதக் சமாஜம் என்ற அமைப்பைத் தொடங்கினார். இந்துமத அமைப்பிற்குள் நின்று அப்போது செயல்பட்டு வந்த சீர்திருத்த இயக்கங்கள் தீவிரமான மாற்றத்தைக் கொண்டுவருவதற்கான திறனற்றவை என்பதை அவர் புரிந்து வைத்திருந்தார். சாதி, வர்க்கம், பாலினம் என்ற வேறுபாடு பார்க்காமல் அனைத்து மக்களையும் விடுதலை செய்யக்கூடிய கருணை நிறைந்த கடவுள் மீது அவர் நம்பிக்கை கொண்டார். இறுதியாக, அவர் உண்மையின் முழுமையான சமயம் (சர்வ ஜனிக் சத்ய தர்மம்) என்ற பெயரில் தன்னுடைய மத நம்பிக்கைகளை முன்வைத்தார்.

இந்தியப் பெண்கள் தங்களுடைய முழு மனித உரிமைகளையும் அனுபவிக்க வேண்டும் என்பதே பூலேவின் விருப்பமான கனவாக இருந்தது. கல்வி மூலம் அவர்களை வலிமையானவர்களாக மாற்று வதைவிட நல்ல வழி வேறு என்ன இருக்கிறது? "கல்வி மூலம் பெண்களின் நிலையை மேம்படுத்த வேண்டுமென்ற விருப்பத்தை என்னுள் தூண்ட வேண்டுமென இறைவன் திருவுளம் கொண்டார். ஆண்கள் பள்ளிகளைக் காட்டிலும் பெண்கள் பள்ளிகள் மிகவும் அவசியப்படுகின்றன" என்று தன்னுடைய நண்பர் சதாசிவ கோவந்தே யிடம் ஜோதிராவ் சொன்னார்.

இந்த இலட்சியத்தை நிறைவேற்றுவதில் ஜோதிராவ் பூலேவின் முதலாவதும் முக்கியமானதுமான தோழராக சாவித்திரிபாய் இருந்தார். இந்த இலட்சியப் பணியில் அவருக்கு உறுதியான துணையாகச் சாவித்திரி விளங்கினார். இந்தியாவில் கல்கத்தா, பம்பாய், நாசிக், அகமத்நகர், சூரத் போன்ற நகரங்களில் ஏற்கனவே கிறித்தவ

மிஷனரிகள் பெண்களுக்கான பள்ளிகளைத் தொடங்கியிருந்தன. வழக்கமாக கிறித்தவர்கள், அனாதைகள் அல்லது கீழ்த்தட்டுச் சாதி யினர் மற்றும் ஏழைக் குடும்பங்களின் குழந்தைகளே இப்பள்ளிகளில் படித்து வந்தார்கள். இப்பள்ளிகள் அந்நிய மத நிறுவனங்களால் நடத்தப்பட்டு வந்ததால் ஒரு சில மாணவிகளே இப்பள்ளிகளில் படித்துவந்தார்கள். அரசாங்கமோ, தனிப்பட்ட முறையில் இந்தியர் களோ பெண்களுக்கென எந்தவொரு பள்ளியையும் தொடங்கவில்லை.

பெண்களுக்கெனத் தனிப் பள்ளிகளைத் தொடங்குவதென பூலே தம்பதியினர் முடிவு செய்தனர். சூத்திர, ஆதிசூத்திர சாதியினர் தங்கள் குழந்தைகளை எந்தவிதக் கவலையுமின்றி பள்ளிகளுக்கு அனுப்பி வைக்க வேண்டும் என்பதற்காக அச்சாதிக் குழந்தைகளுக்கெனத் தனிப் பெண்கள் பள்ளிகளைத் தொடங்குவதென்றும் அவர்கள் முடிவு செய்தார்கள். ஆனால்,, பெண் ஆசிரியர்கள் கிடைக்கவில்லை. அனைத்துப் பெண் ஆசிரியர்களும் கிறித்தவ மதத்தினராக இருந் தார்கள். 1846-47-ஆம் ஆண்டுகளில் சாவித்திரிபாயும், பாத்திமா ஷேக் என்ற பெண்ணும் அகமத் நகரில் தொடக்கக் கல்வி கற்றிருந் தார்கள். ஆகவே, இவர்கள் இருவருக்கும் பயிற்சி தந்து பள்ளியை நடத்துவதென பூலே முடிவு செய்தார்.

### ஆசிரியராக

1848-ஆம் ஆண்டு பூனேவில் ஒரு கட்டடத்தில் ஒன்பது மாணவி களோடு ஒரு பள்ளி தொடங்கப்பட்டது. சாவித்திரிபாய் அதன் தலைமையாசிரியராக இருந்தார். அகமத் நகரிலிருந்து சதாசிவ கோவந்தே பாடப் புத்தகங்களை அனுப்பிவைத்தார். ஏறத்தாழ ஆறு மாதங்கள் வரையே அப்பள்ளி செயல்பட்டது. அதன் பின்னர் மூடப் பட்டது. ஒரு சில மாதங்கள் கழித்து வேறோர் இடத்தில் பள்ளி மீண்டும் திறக்கப்பட்டது. அனைத்து சமூகப் பிரிவினரிடமிருந்தும் இந்த இளம் தம்பதியினர் கடுமையான எதிர்ப்பை எதிர்கொண்டனர். பள்ளி செல்லும் வழியில் சாவித்திரிபாய் பூலே ஒவ்வொரு நாளும் தீவிரமான தொல்லைகளைச் சந்தித்தார். அவர் மீது சேற்றையும் மலத்தையும் வீசினார்கள். பெண்கள் கல்வி கற்பதை எதிர்த்த வைதீகர்கள் சிலர் அடிக்கடி அவரை இழிவுபடுத்தி வந்தார்கள். பல வாரங்கள் வரை இந்தக் கொடுமையை அவர் துணிவோடு எதிர் கொண்டார். "கடவுள் உங்களை மன்னிப்பாராக. என்னுடைய கடமை யைத் தான் நான் செய்துவருகிறேன். கடவுள் உங்களை ஆசீர்வதிக் கட்டும்," என்பதே அவருடைய பதிலாக இருந்தது. ஆனால், பின்னர்,

தொடர்ச்சியான தொல்லைகளையும் நச்சுத் தனமான எதிர்ப்பையும் கண்டு மனம் வெதும்பிய அவர் விரக்தி அடைந்தார். ஆனால்,, பூலே அவருக்கு நம்பிக்கையூட்டினார்; அன்பு காட்டினார்; ஊக்கப்படுத் தினார். சாவித்திரிபாய் பூலே பழைய சேலையை உடுத்திக்கொண்டு வேறொரு சேலையை எடுத்துக்கொண்டு பள்ளிக்குச் செல்வார்; பள்ளிக்குச் சென்றதும் சேலையை மாற்றிக்கொள்வார். இறுதியாக, தனக்குத் தொல்லை தந்து வந்தவர்களில் ஒருவரின் கன்னத்தில் அறைய வேண்டிய அளவிற்கு அவர் நிர்ப்பந்தத்திற்குள்ளானார்; அச்சம்பவத்திற்குப் பின்னர் இத்தொல்லைகள் முடிவுக்கு வந்தன. பின்னர், அவர் பாதுகாப்பாகப் பள்ளி சென்று திரும்ப, ஒரு பணியாள் நியமிக்கப்பட்டார்.

எளிதாகப் பூலே தம்பதியினர் பணிந்துவிட மாட்டார்கள் என் பதைப் புரிந்துகொண்ட அவருடைய எதிரிகள் உடனே எதிர்ப்பைத் தீவிரப்படுத்தினார்கள். தர்மத்திற்கு எதிராகத் தவறான பாதையில் பூலே சென்றுகொண்டிருக்கிறார் என்ற ஒரு கருத்தைப் பூலேவின் தந்தையான கோவிந்தராவிடம் பார்ப்பனர்கள் ஏற்படுத்தினார்கள். 1849-ஆம் ஆண்டு, வீட்டிலிருந்து வெளியேறும்படி பூலேவிடம் அவருடைய தந்தை சொன்னபோது பிரச்சினை ஓர் உச்ச கட்டத்தை அடைந்தது. எதிர்ப்புகளையும் தொல்லைகளையும் துணிவோடு எதிர் கொண்ட சாவித்திரிபாய் தன்னுடைய கணவருடனே இருப்பதென முடிவு செய்தார். கல்விப் பணிகளைத் தொடர்ந்து முன்னெடுத்துச் செல்லும்படி கணவரை ஊக்கப்படுத்தினார்.

இப்பொழுது அவருடைய கல்வி முயற்சிகளுக்குச் சில தரப் பினரிடமிருந்து ஆதரவு கிடைத்தது. அவருடைய நலம்விரும்பிகள் பள்ளிக்குத் தேவையான புத்தகங்கள் உள்ளிட்ட பொருட்களை வழங்கிவந்தனர். முஸ்லீம் ஒருவருக்குச் சொந்தமான இடத்தில் 1851-ஆம் ஆண்டு இரண்டாவது பள்ளி தொடங்கப்பட்டது. அப் பள்ளிக்கு மோரோவித்தல் வல்வேகரும், தியோராவ் தோஷுரும் உதவி செய்தார்கள். பூனேவைச் சேர்ந்த கல்வியாளரான மேஜர் காண்டி பாடப்புத்தகங்களை அனுப்பி வைத்தர்ர். எந்தவிதமான ஊதியமுமின்றி ஜோதிராவ் இப்பள்ளியில் பணியாற்றினார். பின்னர் சாவித்திரிபாய் அப்பணியில் நியமிக்கப்பட்டார். பள்ளிக்குழு ஓர் அறிக்கையில் பின்வருமாறு குறிப்பிட்டிருந்தது. நிதிப் பற்றாக் குறையின் காரணமாகச் சொற்ப ஊதியத்தில் பள்ளி நிர்வாகம் ஆசிரியர் களை நியமித்துவந்தது. வேறு நல்ல வாய்ப்புக் கிடைத்ததும் அந்த ஆசிரியர்கள் இந்தப் பணியைக் கைவிட்டுவிடுவார்கள். ஆனால்,,

இப்பள்ளியின் தலைமை ஆசிரியையான சாவித்திரிபாய் எந்தவிதமான ஊதியமுமின்றி பெண் கல்வியின் முன்னேற்றத்திற்காக மனமுவந்து தன்னை அர்ப்பணித்துக் கொண்டுள்ளார். அறிவு வளரவளர பெண் கல்வி முன்னேற்றம் என்ற இலட்சியம் குறித்து இந்நாட்டு மக்கள் விழிப்புணர்ச்சி பெறுவார்கள் என்றும், மாணவிகளின் சூழ்நிலையை மேம்படுத்த எடுக்கப்படும் இம்மாதிரியான அனைத்துத் திட்டங் களுக்கும் மகிழ்ச்சியோடு ஒத்துழைப்பைத் தருவார்கள் என்றும் நாங்கள் நம்புகிறோம்.

1852-ஆம் ஆண்டு, நவம்பர் 16-ஆம் தேதியன்று இந்திய அரசின் கல்வித்துறை பூலே தம்பதிகளைப் பாராட்ட ஒரு பொது நிகழ்ச்சியை நடத்தியது. அவர்களுக்குச் சால்வை அணிவித்துப் பாராட்டுத் தெரி வித்தது. தனது மனச்சாட்சியின் கட்டளைப்படியும் அனைத்திற்கும் மேலாக கடவுளின் விருப்பப்படியும் தான் செயல்பட்டு வருவதாகத் தனது ஏற்புரையில் பூலே தெரிவித்தார்.

1853-ஆம் ஆண்டு, பிப்ரவரி மாதம் 12-ஆம் தேதியன்று பூலேவின் பள்ளி, பொதுமக்கள் முன்னிலையில் ஆய்வு செய்யப்பட்டது. அது குறித்து அவ்வறிக்கை பின்வருமாறு சொல்கிறது: "சிறுமிகளுக்கு எழுதவும் படிக்கவும் கற்றுத் தருவதற்கு - எதிராக நிலவிவந்த தப்பெண்ணம் விலகத் தொடங்கிவிட்டது. மாணவிகளைப் பள்ளிக்கு அழைத்து வருவதிலும் வீட்டில் கொண்டு சேர்ப்பதிலும் பள்ளிப் பணியாளர்கள் காட்டிவரும் நன்னடத்தையும் கண்ணியமும், ஆசிரி யர்கள் காட்டிவரும் பெற்றோர்களை ஒத்த அணுகுமுறையும் சிறப்புக் கவனமும், இப்பள்ளிகள் மீது சிறுமிகள் அன்பு செலுத்தக் காரணமாக இருக்கின்றன. இச்சிறுமிகள் மகிழ்ச்சியோடும் சுறுசுறுப்பாகவும் பள்ளிக்குச் செல்கிறார்கள்."

மாணவிகள் மீது சாவித்திரிபாய் தனிச்சிறப்பான தாக்கத்தைப் பெற்றிருந்தார். 1855-ஆம் ஆண்டு தியானோதயா பத்திரிகையில் முக்தா பாய் என்ற பதினொரு வயது மாணவி எழுதிய கட்டுரையி லிருந்து இதைப் புரிந்துகொள்ள முடியும். தீண்டத்தகாதவர்கள் என்றழைக்கப்பட்ட மக்களின் அவல நிலையையும் அக்கட்டுரையில் அம்மாணவி உருக்கமாக வர்ணித்திருந்தார். தன்னுடைய சாதி மக்களை அவமதித்த, கேவலப்படுத்திய பார்ப்பனிய மதத்தையும் அதன் பண்பாட்டையும் அவர் முழுமையாகச் சாடியிருந்தார்.

## எழுத்தாளராக, சிந்தனையாளராக

கவிய பூலே (கவிதை மலர்கள்) என்ற தலைப்பில் தன்னுடைய கவிதைத் தொகுதியை சாவித்திரிபாய் வெளியிட்ட 1854-ஆம் ஆண்டு ஒரு முக்கியமான ஆண்டாகும். அவருடைய கவிதை அந்த வகையில் வரலாற்றிலேயே முதலாவது படைப்பாகும். அவருடைய கவிதை, காலத்தின் வரலாற்று ஆவணமாகும். அபங்கம் (abhang) என்றழைக்கப்பட்ட மரபான வடிவங்களை அவர் உணர்வுப்பூர்வ மாகத் தேர்ந்தெடுத்திருந்தார் (பல தருணங்களில் இந்த அபங்கம் நாட்டுப்புறப் பாடல்கள் என்றும் குறிப்பிடப்படுகின்றது). எளிய, ஆனால், தீவிரமான மொழிநடையை அவர் கையாண்டார். அவருடைய கவிதைகளில் சில, இயற்கையைப் பாடுவனவாக இருந்தன. அவரு டைய சில கவிதைகளில் கல்வியும் சாதி - எதிர்ப்பும் கருப்பொருட் களாக இருந்தன. அடிமைத் தனத்தைத் தூக்கியெறியும்படி மக்களை அக்கவிதைகள் தூண்டின. நவீன மராத்திக் கவிதையின் முன்னோடி யாக அவர் மதிக்கப்படுவதில் வியப்பேதுமில்லை.

1891-ஆம் ஆண்டு சாவித்திரிபாயின் மற்றொரு கவிதைத் தொகுதி பவன் காசி சுபோத் ரத்னாகர் (தூய முத்துக்களின் கடல்) என்ற தலைப்பில் வெளியிடப்பட்டது. இதில் பூலேவின் வாழ்க்கை வரலாறு கவிதை வடிவில் சொல்லப்பட்டிருந்தது. மகாராஷ்டிரத்தின் பண்டைய வரலாறு குறித்தும் மத்தியகால வரலாறு குறித்தும் முன்வைக்கப் பட்ட பார்ப்பனிய விளக்கங்களுக்கு எதிராக மிகக் கடுமையான விமர்சனங்களை பூலே முன்வைத்திருந்தார். ஆங்கிலேயர்களால் தூக்கியெறியப்பட்ட பேஷ்வாக்களின் ஆட்சியை அழுகிப்போன அடக்குமுறையின் ஆட்சி என்று பூலே வர்ணித்திருந்தார். இக்கருத்து களைத் தன்னுடைய கவிதைகளில் சாவித்திரிபாய் வலியுறுத்தி இருந்தார்.

இந்திய வரலாறு குறித்த ஜோதிராவின் நான்கு உரைகளைத் தொகுத்து சாவித்திரிபாய் வெளியிட்டார். தன்னுடைய ஒரு சில உரைகளைத் தொகுத்து 1892-இல் ஒரு புத்தகம் வெளியிட்டார். சாவித்திரிபாயின் வாழ்க்கை குறித்தும், அக்கால கட்டத்தில் வாழ்ந்து வந்த பெண்களின் அனுபவங்கள் குறித்தும் ஓர் ஆழமான பார் வையை முன்வைப்பதால் இவருடைய கடிதங்களும் தனிச் சிறப்பான வையாகும்.

"கடினமாக உழையுங்கள், நன்றாகப் படியுங்கள், நல்லது செய் யுங்கள்," என்று சாவித்திரிபாய் சொன்னார். அறிவுக்கும் செல்வத் திற்கும் கல்வியும் உடலுழைப்பும் முக்கியம் என்று தொடர்ந்து வலி யுறுத்தி வந்தார். ஆண்களுக்கு எந்த வழியிலும் பெண்கள் தாழ்ந் தவர்கள் அல்லர்; ஆண்களுக்கு அடிமைகளும் அல்லர்; ஆகவே பெண்கள் கல்வி பயில வேண்டும் என்று கருதினார். கர்ஸ் (கடன்) என்ற தன்னுடைய கட்டுரையில் பணத்தைச் கடன்வாங்கிப் பண்டிகை களைக் கொண்டாடுவதையும் அதன் மூலம் கடன்சுமையை அதி கரித்துக்கொள்வதையும் அவர் கண்டனம் செய்தார். தாங்கள் ஆதர வற்றவர்கள் என்பதாலும் தங்களுடைய வாழ்க்கைச் சூழலை மாற்றிக் கொள்வதற்கான திறமையற்றவர்கள் என்பதாலும் ஏழை மக்கள் குருட்டு நம்பிக்கைக்கு ஆட்படுகிறார்கள் அல்லது பல வழிகளிலும் ஏமாற்றப்படுகிறார்கள் என்பதை அவர் உணர்ந்திருந்தார். மதுப் பழக்கம் குடிகாரர்களையும் அவர்களுடைய குடும்பங்களையும் எப்படி அழிக்கின்றது என்பது குறித்தும் அவர் கட்டுரை எழுதினார். இந்த இருபத்தொன்றாம் நூற்றாண்டிலும் இந்தக் கட்டுரைகள் பொருத்த மானவையாக இருக்கின்றன. வாழ்க்கைத் துணைவியாக பூலேவின் தொலைதூரப் பார்வையையும் தத்துவத்தையும் சாவித்திரிபாய் உள் வாங்கிக்கொண்டார். அவருடைய சமூகப் பணியின் உறுதியான ஆதரவாளராக இருந்தார். ஒருமுறை தன்னுடைய பார்ப்பன நண் பரின் திருமண ஊர்வலத்தில் பூலே பங்கெடுத்துக்கொண்டார்; சூத்திரர் என்பதால் அப்போது மற்றவர்கள் முன்னிலையில் அவர் அவமானப்படுத்தப்பட்டார். உடனே வீடு திரும்பிய அவர், தான் பட்ட அவமானத்தையும் வேதனையையும் தன்னுடைய தந்தையிடம் பகிர்ந்துகொண்டார். ஆனால்,, சாதிப் பாகுபாடுகளை ஏற்றுக்கொண் டிருந்த அவருடைய தந்தையோ, சாஸ்திரங்களில் இப்படித்தான் சொல்லப்பட்டிருக்கின்றது என்று சொல்லி அவருக்கு ஆறுதல் கூறி னார். ஆனால், பூலேவின் வேதனையைப் புரிந்துகொண்ட சாவித்திரி பாயோ அவரிடம் அன்பு காட்டினார்; சமூக அடிமைத் தனத்தை எதிர்த்து அவர் நடத்திவந்த போராட்டத்திற்குத் தொடர்ந்து ஊக்கம் தந்து வந்தார். கல்வி பயிலவும் அவருடைய அனைத்துச் செயல் பாடுகளிலும் ஒத்துழைக்கவும் பங்கெடுக்கவும் எடுத்துக்கொண்ட முயற்சிகள் மூலமும் தன்னுடைய நடவடிக்கைகள் மூலமும் பூலேவி னுடைய ஆன்மாவின் உண்மையான துணைவனாக விளங்கினார். அவர்கள் இருவரும் தங்களுடைய பணியைச் சிறப்பாகச் செய்து முடிப்பதில் ஒருவருக்கொருவர் உறுதுணையாக இருந்தனர். பூலே

தம்பதியினர் ஒருவரையொருவர் மிகவும் ஆழமாக நேசித்து வந்தனர். ஒருவர் மீது ஒருவர் அன்பும், மரியாதையும், விசுவாசமும் காட்டி வந்தார்கள். தங்களுடைய பொதுப்பணியில் பற்றுறுதியோடு இருந் தார்கள். ஆனால்,, அவர்களுக்குக் குழந்தைகள் இல்லை. குழந்தை பெற்றுக்கொள்வதற்காக இரண்டாவது திருமணம் செய்துகொள்ளும் படி பூலேவை அவரது உறவினர்கள் கட்டாயப்படுத்தினார்கள். அதற்கு பூலே சொன்ன பதிலானது அரிதான பற்றுறுதியையும், தன்னுடைய வாழ்க்கைத் துணைவியாரின் மீதும் இலட்சியப்பூர்வ மான திருமண உறவின் மீதும் அவர் கொண்டிருந்த மரியாதை யையும் எடுத்துக்காட்டுவதாக உள்ளது. "ஒரு தம்பதியினருக்குக் குழந்தை பிறக்கவில்லையென்றால், அதற்காக அப்பெண்ணை மலடி என்று குற்றம் சாட்டுவது இரக்கமற்ற செயலாகும். கணவன் மலடாக இருக்கக் கூடும்; இந்நிலையில் மனைவி இரண்டாவது திருமணம் செய்துகொண்டால் கணவன் எப்படி அதை எடுத்துக்கொள்வான்? தான் அவமதிக்கப்பட்டதாக, சிறுமைப்படுத்தப்பட்டதாக உணர மாட்டானா? தன்னுடைய மனைவியிடம் வேறு பிரச்சினைகள் இல்லாத ஒரு நிலையில் கணவன் இரண்டாவது திருமணம் செய்து கொள்வது கொடூரமான செயலாகும்." இந்தச் சிந்தனைக்கு நியாயமாக நடைமுறையிலும் நடந்துகொண்டார்.

ஒருவேளை அவர்களுக்குக் குழந்தைகள் பிறக்காமல் போனதால் தான், பெண்களும் குழந்தைகளும் நடத்தப்பட்டு வந்த விதம் குறித்து அவர்கள் கூரிய கவனம் செலுத்தியிருக்கக் கூடும். அக்கால கட்டத்தில் இப்பிரச்சினை குறித்து எந்தவோர் அக்கறையும் காட்டப்படவில்லை என்பது கவனிக்கத்தக்கது. 1863-ஆம் ஆண்டு இந்தத் தம்பதியினர் ஓர் அனாதை விடுதியைத் தொடங்கினார்கள். சாவித்திரிபாயின் தாய்மை உணர்வுகள் வெளிப்படத் தொடங்கின. "சாவித்திரிபாய் அவ்விடுதியிலுள்ள குழந்தைகளைத் தன் சொந்தக் குழந்தைகளைப் போலச் சோர்வில்லாமல் கவனித்துவந்தார். அவருக்குக் குழந்தைகள் இல்லை; இருப்பினும், பரிவும் பெருந்தன்மையும் மிகுந்த தன் னுடைய பண்பின் மூலம் அக்குழந்தைகளைக் கனிவோடும் அன் போடும் வளர்த்து வந்தார். தன்னுடைய அண்டை வீடுகளிலுள்ள குழந்தைகளுக்கு அடிக்கடி தன் வீட்டில் விருந்து வைப்பார். குழந் தைகள் மத்தியில் இருக்கும் போது மகிழ்ச்சியோடும் பாசத்தோடும் இருப்பார்," என்று பூலே குறித்த வாழ்க்கை வரலாற்று நூலில் தனஞ்செய் கீர் குறிப்பிட்டுள்ளார்.

பார்ப்பன விதவைக்குப் பிறந்த ஓர் ஆண் குழந்தையை 1874-ஆம் ஆண்டின்போது பூலே தம்பதியினர் தத்தெடுத்துக் கொண்டனர். கர்ப்பமாக இருந்த ஓர் இளம் வயதுப் பார்ப்பன விதவையைத் தற்கொலையிலிருந்து காப்பாற்றிய அவர்கள், அப்பெண்ணுக்குப் பிறக்கும் குழந்தையைத் தாங்கள் தத்தெடுத்து கொள்வதாக வாக் களித்து, அப்பெண்ணைக் காப்பாற்றித் தங்கள் வீட்டுக்கு அழைத்து வந்தனர். யஷ்வந்த் என்று பெயரிடப்பட்ட அக்குழந்தையைத் தங்க ளுடைய மகன்போல் அவர்கள் வளர்த்தனர். அச்சிறுவன் பின்னர் மருத்துவர் ஆனான்.

### சமூகப் புரட்சியாளராக

ஜோதிராவ் மற்றும் சாவித்திரிபாயின் புரட்சிகரப் பணிகளைப் பார்த்துச் சில சுயநலச் சக்திகள் அத்தம்பதியினரை வெறுத்தார்கள். ஆனால்,, ஏழைகளும் ஒடுக்கப்பட்ட மக்களும் அவர்களை மனதார நேசித்தார்கள்.

அக்காலகட்டத்தைச் சேர்ந்த மதம் மற்றும் அரசியல் மேட்டுக் குடிச் சக்திகளைப் பூலே தம்பதியினரின் செயல்பாடுகள் கதிகலங்க வைத்திருந்தன. பூலேவைக் கொலை செய்ய நடந்த ஒரு சம்பவத்தைத் தனது நூலில் தனஞ்செய் கீர் குறிப்பிட்டுள்ளார். ஒரு நாள் இரவு மங் (தலித்) மற்றும் கும்பார் (குயவர்) சாதிகளைச் சேர்ந்த இருவர் கையில் கத்திகளோடு அத்தம்பதியினர் உறங்கிக்கொண்டிருந்த அறைக்குள் நுழைந்தனர். நல்ல உடல்கட்டும் வலிமையும் கொண்டிருந்த இளைஞர் பூலே உறக்கத்திலிருந்து விழித்துக்கொண்டார். சாவித்திரி பாயும் விழித்தெழுந்து மங்கலாக எரிந்துகொண்டிருந்த விளக்கின் திரியைத் தூண்டி வெளிச்சத்தை அதிகப்படுத்தினார். தனது கணவருக்கு அருகில் நின்றார். “இங்கு எதற்கு வந்தீர்கள்?” என்று அவர்களைப் பார்த்து பூலே கேட்டார். அவரைக் கொலை செய்வதற்கு வந்ததாக அவர்கள் சொன்னார்கள். “ஏன்? நான் உங்களுக்கு என்ன கெடுதல் செய்தேன்?” என்று பூலே கேட்டார். அதற்கு அவர்கள் “நீங்கள் ஒரு கெடுதலும் செய்யவில்லை; ஆனால்,, உங்களைக் கொலை செய்வதற்கு உங்கள் எதிரிகள் எங்களை இங்கே அனுப்பி வைத்தார்கள்,” என்று பதில் தந்தார்கள். “எந்தக் குற்றத்திற்காக எனக்கு இந்தக் கொலை தண்டனை? ஒடுக்கப்பட்ட, ஏழை மக்களின் முன்னேற்றத்திற்காகவே நானும் என் மனைவியும் எங்கள் வாழ்க்கையை அர்ப்பணித்திருக்கிறோம். என்னுடைய சாவின் மூலம் உங்களுக்கு ஏதாவது நன்மை கிடைக்கும் என்றால் அதைச் செய்யுங்கள்” என்றார் பூலே. “எங்கள் ஒவ்வொரு

வருக்கும் ஆயிரம் ரூபாய் தருவதாக வாக்குறுதி தந்திருக்கிறார்கள்" என்று அவர்கள் சொன்னார்கள். "அப்படியானால் நிச்சயமாக என்னைக் கொன்றுவிடுங்கள்; ஏனென்றால், அதன் மூலம் இரண்டு ஏழைக் குடும்பங்கள் பயன்பெற முடியும்," என்றார் பூலே. அவர் சாதாரண மனிதரல்லர் என்பதை அந்த இருவரும் அப்போது புரிந்துகொண்டனர். அவருடைய காலில் விழுந்து மன்னிப்புக் கேட்டார்கள். அத்தோடு இவரைக் கொன்று விடும்படி அவர்களை அனுப்பிவைத்த நபர்களுக்கு இதே தண்டனையைத் தருவதற்குத் தங்களை அனுமதிக்கும்படியும் அவர்கள் அவரிடம் வேண்டினார்கள். அந்நபர்களை மன்னித்து விடும் படியும் இனிமேல் தன்னுடன் சேர்ந்து பணியாற்றும்படியும் பூலே அவர்களைக் கேட்டுக்கொண்டார்; அதன்படி அவர்கள் பூலேவின் உறுதியான ஆதரவாளர்களாக மாறினார்கள். இந்தச் சம்பவம் நடந்த நேரம் முழுவதும் சாவித்திரிபாய் தனது கணவருடனே இருந்தார்.

பெண்களுக்கு அதிகாரத்தைக் கையளிப்பதில் - குறிப்பாக விதவை களின் முன்னேற்றத்தில் - பூலே தம்பதிகள் காட்டிவந்த தனிச்சிறப் பான பங்களிப்பைப் பெரும்பாலான வரலாற்றாய்வாளர்கள் சரியாகச் சுட்டிக்காட்டியுள்ளனர். சமூகத்தில் குழந்தைத் திருமணம் ஒரு சாதாரண நிகழ்வாக இருந்துவந்தது. சிறுமிகளும் இளம் பெண்களும் - தங்கள் கணவன்மார்களின் மரணத்தின் காரணமாக விதவைகளாகும் சம்பவங்கள் அடிக்கடி நடந்து வந்தன. விதவைகளின் வயதைக் கணக்கில் எடுத்துக்கொள்ளாமல், அவர்களை அமங்கலமானவர் களாகக் கருதுவது, சமூக ரீதியாகப் புறக்கணிப்பது போன்ற நடை முறைகள் கண்டிப்புடன் பின்பற்றப்பட்டு வந்தன. இதனால் குடும் பத்திலிருந்த ஆண்கள், அவ்விதவைகளிடம் முறைகேடாக நடந்து வந்தார்கள். இதற்கு எந்தவித எதிர்ப்பும் காட்ட இயலாத நிலையில் அப்பெண்கள் இருந்தார்கள். கட்டாயப்படுத்தப்பட்ட இந்தக் கள்ள உறவினால் கர்ப்பம் தரிக்கும் விதவைப் பெண்கள் மேலும் கூடு தலான அவமானத்தை எதிர்கொண்டார்கள். கள்ள உறவின் மூலம் பிறந்த குழந்தையைக் கொன்றதால் ஒரு விதவைப் பெண்ணின் மீது வழக்குப்பதிவு செய்யப்பட்டது. தங்களுடைய கல்விப் பணிகளுக்கு இடையிலும் பூலே தம்பதியினர் 1853-ஆம் ஆண்டில், மணமாகாத பெண்களுக்கும் அவர்களுக்குப் பிறக்கும் குழந்தைகளுக்கும் ஒரு விடுதியைத் தொடங்கினார்கள். தனக்கே உரித்தான பாணியில், நகரில் பார்ப்பனர்கள் குடியிருந்த பகுதியில் கோபத்தைத் தூண்டும் வகையில் வாசகங்கள் அமைந்த சுவரொட்டிகள் மூலம் இந்த விடுதி குறித்து பூலே பிரச்சாரம் செய்திருந்தார். அதனால், அதிருப்தியாளர்

களின் கோபத்திற்கு மேலும் உள்ளானார். ஆனால்,, இவ்விடுதி தொடங்கப்பட்டதால் பல குழந்தைகள் காப்பாற்றப்பட்டன; முறை கேடாக நடத்தப்படுவார்கள் என்ற அச்சம் இல்லாமல் பெண்களுக்கு ஒரு பாதுகாப்பான இடம் கிடைத்தது. இந்த விடுதியில் சேர்ந்த பெண்களைச் சாவித்திரிபாய் தாயன்போடு பார்த்துக்கொண்டார்.

விதவைப் பெண்களின் தலையை மொட்டையடிக்கும் பழக்கத் திற்கு எதிராக நாவிதர்களைத் திரட்டி - *1860*-இல் சாவித்திரி பாய் ஒரு போராட்டத்தை நடத்தினார்.

*1873*-ஆம் ஆண்டு, செப்டம்பர் 24-ஆம் தேதியன்று சத்திய சோதக் சமாஜம் என்ற அமைப்பை ஒரு சமூக, ஆன்மீக இயக்கமாக பூலே தொடங்கினார். இந்து மத அமைப்பு என்ற வரம்பிற்குள் செயல்பட்டு வந்த பிரம்ம சமாஜம், பிரார்த்தனை சமாஜம், ஆரிய சமாஜம் போன்ற சீர்திருத்த இயக்கங்கள் தொடர்ந்து பார்ப்பனியத்தையும் சடங்கு சம்பிரதாயங்களையும் பாதுகாத்து வந்தன என்பதை பூலே புரிந்துவைத்திருந்தார். இச்சமாஜங்கள் முறையே பிரம்மம், பிரார்த் தனை, ஆரியர் என்ற அடையாளங்களின் மீது தங்களுடைய கவனத் தைக் குவித்திருந்தன. ஆனால்,, பூலே பிரபஞ்ச அளவிலானதும் விடுதலையை நோக்கமாகக் கொண்டதுமான உண்மையின் மீது (சத்தியத்தின் மீது) கவனத்தைக் குவித்தார். "பார்ப்பனிய சாஸ்திரங் களின் செல்வாக்கிலிருந்து சூத்திரர்களையும் ஆதிசூத்திரர்களையும் விடுவிப்பது, தங்களுடைய மனித உரிமைகள் குறித்து அவர்களுக்குக் கற்றுத் தருவது, சிந்தனை மற்றும் மத அடிமைத்தனத்திலிருந்து அவர்களை விடுதலை செய்வது" என்பவைதான் இந்த சமாஜத்தின் நோக்கங்களாகும். அனைவரும் இறைவனின் குழந்தைகளே, இறை வனை வணங்குவதற்கு இடைத்தரகர்களோ, புரோகிதர்களோ தேவையில்லை என்று இந்த சமாஜம் அறிவித்தது. சமாஜத்தின் ஆதர வாளர்கள் மற்றும் உறுப்பினர்களில் பலர் தொல்லைகளுக்குள் ளானார்கள்; அரசாங்க வேலைகளை இழந்தார்கள். பார்ப்பனர்கள் மேலதிகாரிகளாக இருந்ததுதான் இதற்குக் காரணமாகும். சமாஜத்தின் செயலர், பழி வாங்கும் நடவடிக்கையாக மலிபலேஸ்வருக்கு இடம் மாற்றப்பட்டார்.

சத்திய சோதக் சமாஜத்தின் பெண்கள் பிரிவுக்கு சாவித்திரி தலைவராக இருந்தார். பார்ப்பனப் புரோகிதர்களைப் புறக்கணிக் கின்ற திருமணங்களுக்கு ஏற்பாடு செய்ததன் மூலம் சமூகத்தில் புரோகிதர்களின் ஆதிக்கத்தை முறிக்கும் பணியை சமாஜம் முன் னெடுத்தது. மனைவியை இழந்த இளைஞர் ஒருவருக்கும் சாவித்திரி

பாயின் நெருங்கிய தோழியின் மகளுக்கும் 1873-ஆம் ஆண்டு, டிசம்பர் 25-ஆம் தேதியன்று இவர்கள் திருமணம் ஏற்பாடு செய்தார்கள். ஒருசில எதிர்ப்புகள் எழுந்தபோதிலும் திருமண நிகழ்ச்சி வெற்றிகரமாக நடத்தி முடிக்கப்பட்டது. ஒரு சில மாதங்கள் கழித்து இன்னொரு திருமண விழாவிற்கு ஏற்பாடுகள் நடந்தன. ஆனால், இம்முறை பார்ப்பனர்கள் சற்று முன்னதாகவே தங்களது எதிர்ப்பு நடவடிக்கைகளைத் தொடங்கிவிட்டனர். ஆனால், அவர்களைவிடத் திறமையானவர் என்பதை பூலே மெய்ப்பித்துக் காட்டினர். (பார்ப்பனர்களின் கட்டாயத்தின் காரணமாக) மணமகன் சசானே ஏறத்தாழ திருமணத்திலிருந்து பின்வாங்கும் முடிவில் இருந்தார். ஆனால், தன்னுடைய நண்பரான ஒரு வழக்குரைஞர் மூலமும் இன்னொரு முக்கியப் பிரமுகர் மூலமும் காவல்துறையின் பாதுகாப்பிற்கு ஏற்பாடு செய்து திருமணத்தைத் திட்டமிட்டபடி பூலே நடத்தி முடித்தார்.

இந்த இருபத்தொன்றாம் நூற்றாண்டில் இம்மாதிரியான நிகழ்ச்சிகளின் முக்கியத்துவத்தைப் புரிந்துகொள்வது மிகக் கடினமே. ஆனால், பற்பல நூற்றாண்டுகளில் பார்ப்பனரின் தலையீடு இல்லாமல், பார்ப்பனப் புரோகிதரின் தலைமையில்லாமல் நடைபெற்ற ஓர் இந்துத் திருமணம் இதுவாகத்தான் இருக்கும். இம் மாதிரியான திருமண விழாவிற்குப் பாதுகாப்புக் கோரி சட்டத்தின் துணையை நாடியதற்கும் இதுதான் முதல் முன்னுதாரணமாக இருக்கும்; அந்த வகையில் நமது நாட்டில் சட்டத்தின் துணையோடு நடந்த முதல் திருமணம் இதுவாகத்தான் இருக்கும்.

1870-களில் பூலே தம்பதியினர் பஞ்ச நிவாரணப் பணிகளில் தீவிரமாகப் பங்கெடுத்தனர். பஞ்சத்தால் அனாதைகளான குழந்தைகளின் நலத்திற்காக பூலே தம்பதிகளின் முன்முயற்சியின் மூலம் - 52 உறைவிடப் பள்ளிகள் தொடங்கப்பட்டன.

1890-ஆம் ஆண்டு, நவம்பர் 28-ஆம் தேதியன்று மகாத்மா பூலே காலமானார். பூலேவின் இறுதிச் சடங்கின்போதும்கூட, சாவித்திரிபாய் தன்னுடைய மனஉறுதியை வெளிப்படுத்தினார். பூலேவின் ஒரு நெருங்கிய உறவினர் அவருடைய இறுதிச் சடங்குகளுக்கு ஏற்பாடு செய்துவந்தார்; இறுதிச்சடங்கு செய்பவருக்குத்தான் இறந்தவரின் சொத்து உரிமையாகும் என்பதால், பூலேவின் வளர்ப்பு மகன் யஷ்வந்த் இதற்கு எதிர்ப்புத் தெரிவித்தார். ஆகவே, சாவித்திரிபாயே முன்வந்து பூலேவின் சிதைக்கு எரியூட்டினார். இறந்த கணவரின் சிதைக்கு அவருடைய மனைவியே எரியூட்டிய இச்சம்பவம் இந்திய வரலாற்றில் அரிதினும் அரிதான ஒரு நிகழ்வாகவே இருக்கும்.

தன்னுடைய கணவரின் மரணத்திற்குப் பின்னால் சத்திய சோதக் சமாஜத்தின் தலைமைப் பொறுப்பை சாவித்திரிபாய் ஏற்றுக்கொண்டார். சஸ்வத் என்ற இடத்தில் 1896-ஆம் ஆண்டு நடந்த பொதுக் கூட்டத்திற்கு அவர் தலைமை வகித்தார். 1896-ஆம் ஆண்டுப் பஞ்சத்தின்போது மீண்டும் சாவித்திரிபாய் அயராமல் பணியாற்றினார். பஞ்சநிவாரண நடவடிக்கைகளை எடுக்கும்படி அரசாங்கத்திற்கு வேண்டுகோள் விடுத்தார். அதில் வெற்றியும் பெற்றார். 1897-ஆம் ஆண்டு பூனாவை ஒரு தொற்று நோய் மிகவும் பாதித்தது. அப்போதும் சாவித்திரிபாய் நேரடியாக நிவாரணப் பணிகளில் பங்கெடுத்தார். இம்முறை கொள்ளை நோயால் பாதிக்கப்பட்ட சாவித்திரிபாய் 1897-ஆம் ஆண்டு, மார்ச் 10-ஆம் தேதியன்று மரணமடைந்தார். அவருடைய மகன் யஸ்வந்த் அவருக்கு இறுதிச் சடங்குகள் செய்தார்.

**உத்வேகம் தரும் ஒரு வாழ்க்கை**

சாவித்திரிபாய் தான் வாழ்ந்த காலத்தில் ஒரு மிக முக்கியமான ஆளுமையாக விளங்கினார். தன் கணவருக்கு உற்ற தோழியாக விளங்கிய அவர், தன்னுடைய சொந்த முயற்சிகள் மூலம் புரட்சிகரத் தலைவராகவும் விளங்கினார். மிகப்பெரும் இடையூறுகளுக் கிடையிலும் ஆக்கபூர்வமான, ஊக்கம் தருகின்ற தகுதி வாய்ந்த ஆசிரியராக, தலைவராக, சிந்தனையாளராக, எழுத்தாளராகப் பரிணமித்தார்.

நவீன இந்தியாவில் புத்தகங்களை வெளியிட்ட முதல் பெண் இவராகத்தான் இருப்பார். அனைத்து வர்க்கங்களையும் சேர்ந்த பெண்களுமே மற்ற மனித உயிர்களைவிடக் கேவலமாக நடத்தப்பட்டு வந்த ஒரு சூழலில், சிறு வயதிலேயே திருமணம் செய்து வைக்கப்பட்டு, குழந்தைகளைப் பெற்றெடுத்து, கணவனுக்கு அடிமையாக, கணவன் இறந்தபின் குடும்பத்தின் மற்ற ஆண்களுக்கு அடிமையாக வாழ்ந்து மடிந்துவந்த ஒரு சூழலில், தனக்கென ஒரு சொந்தக் கருத்தையும் அதை வெளிப்படுத்துவதற்கான வழியையும் உருவாக்கிக்கொள்வதற்கான திறன் பெற்றிருந்தார்.

பார்ப்பன விதவையின் மகனைத் தத்தெடுத்து வளர்ப்பது என்று பூலே தம்பதிகள் எடுத்த முடிவானது கொள்கையையும் நடைமுறையையும் இணைக்கின்ற அவர்களது அரிதான நேர்மையை எடுத்துக் காட்டுகிறது. இதன்மூலம் ஒரே வீச்சில் புனிதம், ஒழுக்கம், நன்னடத்தை எனப் பல கருத்துகளுக்கு எதிராக அவர்களால் சவால் விடுக்க முடிந்தது. ஆணுக்கும் பெண்ணுக்கும் இடையிலான உறவை

சமத்துவம், பரஸ்பர மரியாதை என்ற தளத்திற்கு உயர்த்தவும் அவர்களால் முடிந்தது.

தனது கணவரின் சிதைக்குத் தானே எரியூட்டுவது என்று அவர் எடுத்த முடிவானது - அதிகப் பிரசங்கித்தனம் என்று இன்றும் கூடக் கருதப்படுகின்ற இந்த முடிவானது - அந்தக் காலத்தில் நாடு முழுக்க அதிர்ச்சி அலைகளை ஏற்படுத்தியிருக்கும். அவருடைய தன்னம்பிக்கையைப் பற்றி, தனித்துவத்தைப் பற்றித் தெரிந்து கொள்ள இந்த ஒரு செயலே போதும். கணவனுடைய வழியிலேயே செல்லக்கூடிய மரபான பதிவிரதை அல்ல இவர் என்பதை மெய்ப் பித்துக்காட்டும் செயல் இது. இவ்வுண்மைகள் பொது மக்களுக்குத் தெரியாமல் மறைத்து வைக்கப்பட்டு வருகின்றன; ஆனால், பெண்கள் முன்னேற்றத்தில் மிக மிக இரட்டை நிலைப்பாட்டோடும் அரைகுறை மனதோடும் நடவடிக்கைகளை முன்னெடுத்த பார்ப்பன ஆண் சீர் திருத்தவாதிகளின் செயல்பாடுகளே பத்தொன்பதாம் நூற்றாண்டின் மிக உன்னதமான அத்தியாயமாகப் போற்றப்படுகின்றன.

தன்னுடைய கணவருடன் சமநடை பயின்று உயரே செல்ல முடிவு செய்த சாவித்திரிபாயின் வாழ்க்கை மூலமாகத்தான் இந்தியப் பெண்கள் தங்களைத் தாங்களே விடுதலை செய்து கொள்ளும் உண்மையான தருணங்கள் தொடக்கம் பெறுகின்றன. பத்தொன்பதாம் நூற்றாண்டில் சாதி, வர்க்கம், பாலினம் என்ற வரலாற்றுத் தடைகளால் இவரைப் பணியவைக்க முடியவில்லை.

## 2. ஆசிரியர் - தலைவர்

கெய்ல் ஓம்வெத்

ஆண்டு 1851, நிகழ்ச்சி: பூனாவில் அனைத்துச் சாதிகளையும் சேர்ந்த சிறுமிகளுக்கு முதன்முதலாக ஒரு பள்ளி தொடங்கப் படுகிறது. தலையில் முக்காடிட்டபடி ஓர் இளம்பெண் ஆசிரியர் அவசரமாகப் பள்ளியை நோக்கி நடந்துகொண்டிருக்கிறார். அங்கே நின்றுகொண்டிருந்த வைதீகப் பார்ப்பனப் பெண்கள், “அந்தப் பெண் என்ன காரியம் செய்கிறாள்? நமது பெண்ணினத்திற்கும் நமது மதத்திற்கும் இது ஓர் அவமானம்!” என்று சபிக்கிறார்கள்.

அனைவரும் அப்பெண் மீது சாணத்தை எறிகிறார்கள்.

எதற்கும் அஞ்சாமல் சாவித்திரிபாய் - ஜோதிபாவின் மனைவி - விரைந்து நடக்கிறார். அவருக்கு முன்னால் ஒரு பெரும் இலட்சியம் காத்துக்கொண்டிருந்தது. பற்பல நூற்றாண்டு காலங்களாகக் கல்வி யிலிருந்து விலக்கிவைக்கப்பட்டிருந்த பெண்களுக்கு - குறிப்பாகத் தாழ்த்தப்பட்ட பெண்களுக்கு - கல்வியறிவு அளிப்பது என்பதுதான் அந்த இலட்சியம். இப்போது இது அவருடைய வாழ்க்கை இலட்சியமாக மாறிவிட்டது. சாவித்திரிபாய்க்குக் கல்வி கற்றுத் தந்தால், அவர் மற்றவர்களுக்கு - தனிநபர்களுக்கு மட்டுமல்ல சமூகத்திற்கே - கல்வி கற்றுத்தருவார் என்பதற்காக அவருடைய கணவர், சாவித்திரிபாய்க்கு ஊக்கம் தந்து வந்தார். அவர் கல்வி கற்றுக்கொள்ள ஈடிணையற்ற நடவடிக்கைகளை எடுத்தார். அதற்காக சாவித்திரிபாய் வைதீகர்களின் பழிதூற்றல்களையும், தொல்லை களையும் எதிர்கொள்ள அணியமாக இருந்தார்.

சாவித்திரிபாய் அவமானப்படுத்தப்பட்ட இந்த நிகழ்ச்சி குறித்துப் பல்வேறு கூற்றுகள் முன்வைக்கப்பட்ட போதிலும் இது ஒரு புகழ் பெற்ற நிகழ்ச்சியாகும். அவரைத் துரத்திச் சென்ற சில ஆண்கள் அவ்வப்போது அவர்மீது கற்களை வீசினார்கள் என்று அண்மையில் இணையதளத்தில் ஒரு தகவலைப் பார்த்தேன். பள்ளிக்குச் செல்லும் போது பழைய சேலையை அணிந்து செல்லும்படியும், பள்ளிக்குள் சென்றதும் சேலையை மாற்றிக்கொள்ளும்படியும், பின்னர் வீடு

திரும்பும்போது பழைய சேலையை அணிந்துகொள்ளும்படியும் அவருடைய கணவர் ஆலோசனை கூறியதாக அந்தத் தகவலில் குறிப்பிடப்பட்டிருந்தது.

1831-ஆம் ஆண்டு மேற்கு மகாராஷ்டிராவிலுள்ள நைகான் என்னுமிடத்தில் ஒரு விவசாயக் குடும்பத்தில் சாவித்திரிபாய் பிறந்தார். அக்காலகட்டத்தில் நிலவி வந்த பழக்கவழக்கத்தின்படி மிகச்சிறிய வயதிலேயே - ஒன்பதாம் வயதில் - ஜோதிராவுக்கு மணம் செய்து வைக்கப்பட்டார். ஜோதிராவின் வாழ்நாள் முழுக்கவும் நிரந்தரத் தோழராகச் சாவித்திரிபாய் இருந்தார். சாவித்திரிபாய் கல்வி பயில ஊக்கம் தந்தார் ஜோதிராவ். அதற்காகத் தன்னுடைய குடும்ப எதிர்ப்பையும் சம்பாதித்துக் கொண்டார். இருவரும் வீட்டைவிட்டு வெளியேறி, ஒன்றாகிப் போராட்ட வாழ்க்கையைத் தொடங்கினார்கள். ஜோதிராவ் எழுதிய மங்கலாஷ்டகம் எனப்படும் திருமணப் பாடலுக்கு சாவித்திரிபாயே உத்வேகமாக இருந்திருக்க வேண்டும்.

மணமகன்: இறைவனின் நெறிகளின்படி உன்னுடைய குடும்பத்தின் பெருமையைக் காப்பாற்று. அனைத்தையும்விட உயர்வானது சத்தியம். அதை மதித்து நட. அறியாமையிலுள்ள அனைவருக்கும் சமமாகக் கல்வி கற்றுத் தா. உன்னுடைய அனைத்து நடவடிக்கைகளையும் பார்த்தே அன்போடு உன்னைத திருமணம் செய்கிறேன்.

சுபமங்கள சவதான்!

மணமகள்: தினமும் என்னை நீங்கள் மரியாதையோடு நடத்துகிறீர்கள்! உங்கள் நடத்தை திருப்தி தருகிறது. இருப்பினும் பெண்களாகிய நாங்கள் அனைவரும் சுரண்டப்படுகிறோம்; நீங்கள் என்னை எப்படி நடத்துவீர்கள்? சுதந்திரத்தில் அனுபவம் எங்களுக்குத் தெரியும் அதனால் சுய-மரியாதையோடு இருக்கிறோம். பெண்களுக்கு நீங்கள் உரிமைகளைத் தருவீர்களா? உறுதி எடுத்துக் கொள்ளுங்கள்.

சுபமங்கள சவதான்!

மணமகன்: எந்த இழப்பு நேரிடினும் இந்த உரிமைகளைப் பெண்களுக்குப் பெற்றுத்தர நான் போராடுவேன், அனைத்துப் பெண்களையும் சகோதரிகளாக மதிக்கிறேன். உன்

ஒருத்தியை மட்டுமே என் காதலியாகக் கருதுகிறேன். உன்னை நான் நன்றாகக் கவனித்துக்கொள்வேன். அது என் கடமை!

சுபமங்கள சவதான்!

மணமகள்: மற்ற ஆண்களைச் சகோதரர்களாக ஏற்றுக்கொள்கிறேன். உங்களைக் கணவனாக ஏற்றுக்கொள்கிறேன். அனைத்துச் சுமைகளையும் தூர வீசிவிட்டு இனிமேல் மக்களின் நலத்திற்காகப் போராடுவோம். அனைவரின் முன்னிலையில் உங்கள் கைத்தலம் பற்றி சபதம் செய்கிறேன்.

சுபமங்கள சவதான்!

**பாதுகாவலர்களின் வாழ்த்து**

உங்கள் பெற்றோர்களிடம் நன்றியோடு இருங்கள்

உங்கள் நண்பர்களைத் தொடர்ந்து நேசியுங்கள்

முதியவர்களிடமும் ஊனமுற்றோர்களிடமும்

குழந்தைகளிடமும் கருணையோடு

நடந்துகொள்ளுங்கள்

அவர்களுக்குக் கல்வி கற்றுத் தாருங்கள்

மகிழ்ச்சியோடு எல்லா இடங்களிலும்

மலர்களைத் தூவுங்கள்

இப்போது கைதட்டுங்கள்.

சுபமங்கள சவதான்!

1849-ஆம் ஆண்டு ஜோதிராவ் தொடர்ச்சியாக ஐந்து பள்ளிகளைத் தொடங்கியபோது சாவித்திரிபாயும் அவருக்குத் துணையாக இருந்தார்; பெண்களுக்கான பள்ளியில் சாவித்திரிபாயின் பணி ஒரு திருப்புமுனையாக இருந்தது. முஸ்லீம் மதத்தைச் சேர்ந்த பாத்திமா ஷேக் என்ற இளம் பெண்ணுடன் சேர்ந்து ஆசிரியர் பயிற்சிக்குச் சென்றார். பல்வேறு சாதிகளைச் சேர்ந்த சிறுமிகளும் அப்பள்ளியில் படித்து வந்தார்கள். மாதங்கா என்ற சாதியைச் சேர்ந்த தலித் சிறுமி எழுதிய ஒரு கட்டுரை இன்றளவும் பிரபலமானதாக இருந்துவருகிறது. தான் கற்றுக்கொண்ட கல்வியால் ஊக்கம் பெற்ற அச்சிறுமி,

பிரிட்டிஷ் ஆட்சி தந்த கல்வியினால் கிடைத்த நன்மைகள் குறித்து அக்கட்டுரையில் குறிப்பிட்டுள்ளார்.

"முந்தைய காலங்களில் கட்டடங்களின் அஸ்திவாரங்களில் உயிரோடு நாங்கள் புதைக்கப்பட்டோம்... படிப்பதற்கும் எழுது வதற்கும் நாங்கள் அனுமதிக்கப்படவில்லை...

கடவுள் எங்களுக்கு பிரிட்டிஷ் ஆட்சியைத் தந்தார்; எங்கள் குறைகள் அகன்றன.

இப்போது எங்களை யாரும் துன்புறுத்துவதில்லை.

இப்போது எங்களை யாரும் தூக்கிலிடுவதில்லை.

இப்போது எங்களை யாரும் உயிரோடு புதைப்பதில்லை. இப் போது எங்கள் சந்ததிகளால் உயிர்வாழ முடியும்.

இப்போது எங்களால் ஆடை உடுத்த முடியும்.

இப்போது எங்களால் எங்கள் உடம்பை மறைத்துக்கொள்ள முடியும்.

இப்போது ஒவ்வொருவரும் அவரவர் விருப்பப்படி வாழ முடியும். எந்தத் தடையுமில்லை; எந்தக் கட்டுப்பாடும் இல்லை. குல்டாலகடி கடைத்தெருகூட எங்களுக்குத் திறந்து வைக்கப் பட்டுள்ளது...

தாங்கள் ஆற்றிய கல்விப்பணிகளுக்காக 1852-ஆம் ஆண்டு சாவித்திரிபாயும் ஜோதிராவும் அரசாங்கத்தால் கௌரவிக்கப்பட்டனர்.

சமூகப் புரட்சிகர நடவடிக்கைகள் அனைத்திலும் சாவித்திரி பாய் துணிவோடு பங்கெடுத்தார். 1868-ஆம் ஆண்டு தங்கள் வீட்டுக் கிணற்றை அவர் தீண்டத்தகாத மக்களுக்காகத் திறந்து விட்டார். சத்திய சோதக் சமாஜத்தின் தலைவராகப் பணியாற்றினார். தன்னுடைய கணவர் இறப்பிற்குப் பின்னரும் அப்பணியைத் தொடர்ந்து நடத்திவந்தார். விதவைகளுக்குப் பிறந்த அனாதைக் குழந்தைகளுக்காக ஜோதிபா உருவாக்கிய விடுதியில் அவருக்குத் துணையாக இருந்தார். ஒரு பார்ப்பன விதவைப்பெண்ணின் மகனைத் தத்தெடுத்து அவனுக்கு யஷ்வந்த் என்ற பெயரிட்டுத் தன்னுடைய சொந்த மகன் போல வளர்த்தார்.

தன்னுடைய சமூகப்பணியின்போதுதான் அவர் இறந்தார். 1890களின் மத்தியில் கொள்ளைநோயால் பாதிக்கப்பட்ட ஏழைக்

குழந்தைகளுக்காக முகாம்களை ஏற்பாடு செய்தார். அந்தத் தொற்று நோயின்போது தினந்தோறும் இரண்டாயிரம் குழந்தைகளுக்கு அவர் உணவளித்து வந்தார். நோயால் பாதிக்கப்பட்ட ஒரு குழந்தைக்குப் பராமரிப்புப் பணிகள் செய்தபோது அவரையும் அந்நோய் தாக்கியது; அதனால் 1897-ஆம் ஆண்டு, மார்ச் மாதம் 10-ஆம் நாள் அவர் மரணமடைந்தார்.

கிரந்தி ஜோதி - அதாவது புரட்சி விளக்கு - என்று சாவித்திரிபாய் பூலே அழைக்கப்பட்டதில் வியப்பேதுமில்லை.

★ ★ ★

## 3. பூலே தம்பதியரின் வாழ்க்கைக்கு வழிகாட்டிய பெண்மணி

- பமீலா சர்தார்

ஜோதிராவ் மிகச் சிறியவராக இருந்தபோது அவரது தாயார் சிம்னாபாய் காலமாகிவிட்டார். துக்கத்தில் ஆழ்ந்திருந்த அவருடைய தந்தை, தன்னுடைய மகனை நினைத்து மிகவும் கவலையடைந்தார். மறுமணம் செய்துகொள்ளாமல் தன்னுடைய மகனை அக்கறையுடன் கவனித்துக்கொள்வது என அவர் முடிவு செய்தார். ஆனால், அச் சிறுவனுக்கு அவரே தந்தையாகவும் தாயாகவும் இருப்பது என்பது அவருடைய சக்திக்கு அப்பாற்பட்டதாக இருந்தது. தன்னுடைய இயலாமையின் காரணமாகத் தன்னுடைய நெருங்கிய உறவினரும் சிறுவயதிலேயே விதவையானவருமான சகுணா பாயின் உதவியை நாடினார். கருணையும் அறிவும் கொண்டிருந்த அந்தப் பெண் - கடவுளால் அனுப்பி வைக்கப்பட்டவர் போல - ஜோதிபாவின் வாழ்க்கையில் நுழைந்தார். அன்னை, ஆசான் என்ற இருபங்கையும் அவர் ஒருசேர ஆற்றினார். சிறுவன் ஜோதிபாவிடம் காணப்பட்ட அசாதாரணமான கூருணர்ச்சியையும் திறமையையும் கண்டுகொண்ட சகுணாபாய், அவர்மீது ஆழமான பற்றுக் கொண்டார். அசாதாரணமான, தனித்துவமான பாசப்பிணைப்பு ஒன்று அவர்களுக்கிடையில் உருவாகியது. பக்தியும் தன்னலமற்ற பண்பும் கொண்டிருந்த அந்தப் பெண்மணி, இந்தச் சிறுவன் அவனுடைய குடும்பத்திற்கு மட்டு மல்ல சமூகத்திற்கே வித்தியாசமானவன் என்பதைப் புரிந்துகொண்டார்.

ஜோதியிடம் அவர் பெரும் எதிர்பார்ப்பு வைத்திருந்தார். தன்னுடைய பேச்சுகள் மூலமும் செயல்பாடுகள் மூலமும் ஜோதி யிடம் உன்னதமான மனிதப் பண்புகளை ஊட்டினார். படிக்கவும் எழுதவும் கற்றுக்கொள்ளும்படியும் சமூகத்திற்கு ஏதேனும் பயனுள்ள பணியைச் செய்யும்படியும் இடைவிடாமல் ஊக்கம் தந்துவந்தார். குடும்பத் தொழிலான விவசாயப் பணியையே கவனித்து வர வேண்டும் என்று விரும்பிய அவருடைய தந்தை கோவிந்தராவின் பழைமைவாதச் சிந்தனையோடும் சமூகப் பின்னணியோடும் ஒப் பிடும்போது, சகுணாபாயின் சிந்தனை வழக்கத்திற்கு மாறானதாக

இருந்தது. ஜோதிராவ் பள்ளியில் சேர்ந்து கல்வி பயில்வதைப் பெரும் பாலானோர் எதிர்த்து வந்த ஒரு சூழலில், அவர் பள்ளியில் சேர வேண்டும் என்று சகுணாபாய் வலியுறுத்தி வந்தார். அதில் வெற்றியும் பெற்றார். ஜோதி ஒரு நல்ல பள்ளியில் சேர்க்கப்பட்டார். ஜோதிக்குத் திருமணம் செய்து வைக்க வேண்டும் என்று கோவிந்தராவ் முடிவு செய்தபோது, சாவித்திரிபாய்தான் அவருக்கு மிகப் பொருத்தமாக இருப்பார் என்று சகுணாபாய் கருதினார்; அதன்படி அத்திருமணத்தை நடத்தியும் வைத்தார். சாவித்திரிபாயிடமும் சகுணாபாய் மிகவும் அன்பு காட்டினார். தன் சொந்த மகளைப் போல அவரை நடத்தி வந்தார். இந்த இளம் தம்பதிகள் மீது கட்டற்ற அன்பையும் பாசத் தையும் பொழிந்தார். அத்தோடு, வாழ்க்கையில் அவர்கள் பெரும் நெருக்கடிகளை எதிர்கொண்டபோது அவர்களுடைய துணிச்சலுக்கு உரமாயும் இருந்தார். இந்த இளம் தம்பதியினர் எதிர்கொள்ளவிருந்த மிகப் பெரும் புரட்சிகரப் பணிக்கு அவர்களை அணியப்படுத்தும் விதமாகத் தன்னுடைய தீர்க்கமான, கண்ணியமான அணுகுமுறையின் மூலம் அவர்களுக்குத் தாயாகவும் ஆசானாகவும் விளங்கினார்.

அதேபோல ஜோதியும் சாவித்திரிபாயும் தாங்கள் அன்போடு ஆவ்-மா என்றழைத்து வந்த சகுணாபாய் மீது கட்டற்ற அன்பும் விசுவாசமும் காட்டி வந்தார்கள். அவருடைய அருமையை இவர்கள் இருவரும் புரிந்திருந்ததோடு அதை மதித்தும் வந்தனர். சகுணாபாய் தங்களுடைய வாழ்க்கையில் மகோன்னதமான செல்வாக்கைச் செலுத்தியவர் என்பதை அவர்கள் அறிந்திருந்தனர். இவர்களுடைய வாழ்க்கையில் சகுணாபாய் இடம்பெறாமல் இருந்திருந்தால், இவர் களுடைய வாழ்க்கையே வேறுவிதமாக அமைந்திருக்கும். இன்று நாம் அறிந்திருக்கின்ற பூலே என்னும் மாமனிதர் நமக்குக் கிடைக் காமலேயே போயிருப்பார்.

மகாராஷ்டிராவில் சதாரா மாவட்டத்தில் நைகான் என்ற இடத் திற்கு அருகிலிருந்த தன்காவாடி என்ற கிராமத்தில் சகுணாபாய் சீர்சாகர் பிறந்தார். மிக இளம் வயதில் மணம் செய்து தரப்பட்ட இவர், சிறிது நாட்களிலேயே விதவையானார். தன்னுடைய வாழ்க்கைப்பாட்டிற்காகப் பூனாவில் இருந்த திரு. ஜான் என்ற மதபோதகரின் வீட்டில், அவருடைய குழந்தைகள், சில அனாதைக் குழந்தைகள் ஆகியோருடன் அவர் தங்கியிருந்தார். கல்வி கற்பதில் கூர்மையான திறமை பெற்றிருந்த சகுணாபாய் வசம் வீட்டுப் பணிகளோடு குழந்தைகளைக் கவனித்துக்கொள்கின்ற வேலையும்

ஒப்படைக்கப்பட்டது. ஆங்கிலத்தில் சுமாரான அறிவை இவர் வளர்த்துக்கொண்டார்.

மதபோதகரின் வீட்டில் சகுணாபாய்க்கு ஒரு புதிய உலகம் கிடைத்தது. அனாதைக் குழந்தைகள் மத்தியில் பணியாற்றியதால் மனிதர்களின் நிராதரவான நிலையையும் துன்பத்தையும் பற்றிய இவரது புரிதல் ஆழமடைந்தது. கூருணர்ச்சி, அன்பு, கருணை போன்ற பண்புகளைக் கொண்டவராக இவர் மாறினார். சகுணா பாய் பணியாற்றி வந்த இடத்திற்குச் சென்று அவரைப் பார்த்த கோவிந்தராவ், தன்னுடைய மகனையும் பராமரிக்குமாறு அவரிடம் வேண்டுகோள் விடுத்தார். சகுணாபாய் மதபோதகரிடம் அனுமதி பெற்று ஜோதிபாவைச் சேர்த்துக்கொண்டார். இவர்மீது கோவிந்தராவ் வைத்த நம்பிக்கை வீண்போகவில்லை. தன் சொந்த மகனைப்போல ஜோதிபாவை இவர் வளர்த்துவந்தார்; மதப்போதகரின் வீட்டில் செழித்திருந்த மனித மதிப்பீடுகளையும் ஒழுக்க நெறிகளையும் ஜோதிபாவிற்கு ஊட்டி வளர்த்தார்.

மதபோதகரின் வீட்டில் வளர்க்கப்பட்டதால் ஜோதிபா ஆங்கில மொழியின்பால் ஈர்க்கப்பட்டார். பின்னாட்களில் பார்ப்பனிய அறிவுச் சர்வாதிகாரத்திற்கு எதிராக ஜோதிபா நடத்திய போராட்டத்தில் ஆங்கிலம் ஒரு வலிமையான கருவியாகப் பயன்பட்டது. காலத்தின் அருமையையும் ஒழுக்கத்தையும் துயரப்படுபவர்களுக்குப் பணி யாற்ற வேண்டும் என்ற சேவை உணர்வையும் ஜோதிபா கற்றுக் கொண்டார். கிறித்தவ பக்தியும் பிரார்த்தனையும் மனிதநேய உணர்ச்சியும் ஜோதிபாவின் மீது ஆற்றல் வாய்ந்த, பாதிப்பைச் செலுத்தின. தன்னுடைய எஜமானரும் மதபோதகருமான திரு. ஜான் அவர்களின் மனிதநேயப் பண்புகளையும் சமூகப் பணியையும் கண்ட சகுணாபாய் அவர்மீது மிகுந்த மதிப்புக் கொண்டிருந்தார். ஜோதியும் அவரைப்போல் நடந்துகொள்ள வேண்டும் என்று சகுணாபாய் விரும்பினார்.

சமூகப் பணிக்காகத் தன்னை அர்ப்பணித்துக்கொள்ளும் துடிப்பான மனிதராக ஜோதிபாவை மாற்ற வேண்டும் என்பதே சகுணாபாயின் உயரிய விருப்பமாக இருந்தது. நல்ல மனித மதிப்பீடுகளை அவரிடம் உருவாக்குவதற்கும், அவற்றை ஊக்கப்படுத்துவதற்கும் தன்னால் முடிந்த அனைத்தையும் இவர் செய்தார். அனைத்து மனிதர்களும் சமமானவர்கள் என்ற உண்மையையும், சாதி என்ற கருத்தியலின் முழு முட்டாள்தனத்தையும் ஜோதிபாவுக்குப் புரியவைத்தார்.

கடவுள் ஒருவரே. அனைத்து மக்களையும் உருவாக்கியவர் அவரே. அனைவரும் அவரின் குழந்தைகளே என்ற கருத்தைத் தன்னுடைய பணிவான, எளிமையான வழிமுறை மூலம் ஜோதிபாவுக்குக் கற்றுத்தந்தார். அனாதைக் குழந்தைகள் மீதும் மனம் வெதும்பியிருந்த குழந்தைகள் மீதும் சகுணாபாய் அன்பும் பரிவும் காட்டிவந்தார். பலவீனமானவர்கள் மீதும் ஆதரவற்றவர்கள் மீதும் ஜோதி கூருணர்ச்சி கொள்வதற்கு இது காரணமாக இருந்தது.

சகுணாபாயும் ஜோதிராவும் ஒருவர்மீது ஒருவர் மதிப்புக் காட்டி வந்ததோடு வலுவான அன்பால் இணைக்கப்பட்டுமிருந்தனர். சகுணாபாயின் அன்பான - அதே நேரத்தில் கண்டிப்பான - வளர்ப்பு முறையானது ஜோதியை உணர்ச்சி ரீதியாக ஓர் உறுதி வாய்ந்த மனிதராக மாற்றியிருந்தது. இவர்கள் இருவருடைய வாழ்க்கையையும் நெருக்கமாக அறிந்திருப்பவர்களுக்கு ஜோதிபாவின் வாழ்க்கையின் மீது சகுணாபாய் கொண்டிருந்த தாக்கம் நன்றாகத் தெரிந்ததுதான்.

ஜோதிராவை மகனாகவும் அவரது மனைவி சாவித்திரியை மகளாகவும் சகுணாபாய் பாவித்துவந்தார். இவர்கள் இருவருடைய பண்பின் வலிமையையும் நேர்மையையும் இவர் அடையாளம் கண்டிருந்தார்; ஏராளமானவர்களுக்கு ஊக்கம் தருபவர்களாக, ஏராளமான பேர்களை விடுதலை செய்யக் கூடியவர்களாக இருந்த இவர்களின் உள்ளாற்றலையும் இவர் நன்கு அறிந்து வைத்திருந்தார். சாதித் தளைக்குட்பட்டிருந்த ஜோதிபாவின் தந்தையாரோ, குடும்பத் தொழிலையும் விவசாயத்தையும் ஜோதிபா பேணி வந்தாலே போதும் என்று விரும்பினார்: ஆனால், சகுணாபாயோ ஜோதிக்கென்று ஒரு வித்தியாசமான கனவை வைத்திருந்தார். ஒரு வளமான எதிர் காலத்தைக் கொண்டுள்ள ஜோதிபாவுக்குத் தேவையெல்லாம் நல்ல பள்ளிப்படிப்பே என்பதை சகுணாபாய் அறிந்திருந்தார். திரு.ஜான் அவர்களுடைய உதவியின் காரணமாக ஜோதியை நல்ல பள்ளியில் சேர்ப்பதற்கு சகுணாபாயால் முடிந்தது. கோவிந்தராவின் கடையில் பணியாற்றி வந்த ஒரு பார்ப்பன எழுத்தர் ஆங்கிலக் கல்விக்கு எதிராக அவருடைய மனதில் வெறுப்பைப் பரப்பியிருந்தார். “உன்னுடைய மகன் வியாபாரத்திற்குப் பயன்பட மாட்டான்; அதைவிட முக்கிய மாக, சூத்திரன் கல்வி கற்றுக்கொள்வதை இந்து தர்மம் அனுமதிப்ப தில்லை; கல்வி கற்றுக்கொண்ட சூத்திரனும் அவனுடைய குலமும் ஏழு தலைமுறைக்கு நரகத்தில் துன்பப்படுவார்கள்,” என்று எச்சரிக்கை செய்தார். அப்பாவி கோவிந்தராவோ, ஜோதியைப் பள்ளியிலிருந்து நிறுத்தி, விவசாய வேலையில் ஈடுபடுத்தினார். இதனால் சகுணாபாய்

மிகுந்த வருத்தத்திற்குள்ளானார். ஆனால், சகுணாபாய் அவ்வளவு எளிதில் விட்டுவிடக் கூடியவரல்லர். திரு. லெஜ்ஜித் என்ற ஆங்கில அதிகாரியையும் திரு.காபர் பெக் என்ற முஸ்லீம் அறிஞரையும் சகுணாபாய் சந்தித்துப் பேசினார். ஜோதியை மீண்டும் பள்ளியில் சேர்க்குமாறு இவர்கள் இருவரும் கோவிந்தராவை வற்புறுத்தினார்கள். இதனால் ஜோதி மீண்டும் பள்ளியில் சேர்ந்தார். சகுணாபாயின் தொலைநோக்கும் சரியான நேரத்தில் இவர் இதில் தலையிட்டதுமே இப்பணியைச் சாத்தியமாக்கியது.

கல்வி கற்றுக்கொண்ட ஜோதி, பின்னர் சாவித்திரிக்கும் சகுணாபாய்க்கும் எழுதப்படிக்கக் கற்றுத்தந்தார்; இவர்கள் இருவரும் பின்னாளில் பள்ளியில் ஆசிரியர்களாகப் பணியாற்றி நூற்றுக்கணக்கான சிறுமிகளை அறியாமையிலிருந்தும், கல்லாமையிலிருந்தும் விடுவித்தார்கள். இந்தியப் பெண்களின் கல்வி - குறிப்பாக இந்தியச் சமூகத்தின் வறிய, ஒடுக்கப்பட்ட பிரிவுகளைச் சேர்ந்த பெண்களின் கல்வி - தொடக்கம் பெற்றது இவர்களால்தான்.

பூலே தம்பதிகளின் கல்விப்பணிகளுக்கு சகுணாபாய் ஒரு முன்னோடியாகவும் விளங்கினார் என்பது மிக முக்கியமானது. 1846-ஆம் ஆண்டில், தீண்டத்தகாதவர் குடியிருப்பில் இவர் ஒரு பள்ளியைத் தொடங்கினார். மகர் சாதியினரைக் கிறித்தவ மதத்திற்கு மாற்று வதற்கான ஒரு சதிதான் இந்தக் கல்விப்பணி என்று கருதிய ஒரு சில பார்ப்பனர்களின் மூர்க்கமான எதிர்ப்பின் காரணமாக, சில மாதங்களுக்குள் இப்பள்ளி மூடப்பட்டது. மகர் சாதித் தலைவர் இவர்களால் மூளைச்சலவை செய்யப்பட்டார்; அதனால் நிர்ப் பந்தமாக இப்பள்ளி மூடப்பட்டது. பார்ப்பனர்களின் சதியை நன்கு புரிந்து கொண்ட இளம் பூலே, 1846-ஆம் ஆண்டு, டிசம்பர் 25-ஆம் தேதியன்று, பூனாவில் ஒரு பொதுக் கூட்டத்திற்கு ஏற்பாடு செய்தார். அவருடைய உரையில் சொல்வன்மையும் கிளர்ச்சி உணர்வும் நிறைந்திருந்தன. மக்களை அறியாமையில் தொடர்ந்து வைத்திருக்கப் பார்ப்பனர்கள் பின்பற்றி வரும் சூழ்ச்சியைப் புரிந்து கொள்ள வேண்டியதன் அவசியத்தை அவர் வலியுறுத்தினார். மக்கள் கண்ணோட்டத்தில் வரலாற்றை மீண்டும் எழுத வேண்டியதன் தேவையைச் சுட்டிக்காட்டிய அவர் - என்ன தொல்லைகள் வந்த போதிலும் - அனைத்துச் சாதிகளையும் சேர்ந்த சிறுமிகளுக்குப் பள்ளிகளைத் தொடங்குவதெனத் தான் தீர்மானித்திருப்பதாகவும் அறிவித்தார். அந்தக் கூட்டத்தில் கலந்துகொண்ட திரு. பிடே அவர்கள் முதல் பெண்கள் பள்ளியைத் தொடங்கத் தன்னுடைய

பெரிய வீடு ஒன்றைத் தர முன்வந்தார். அவ்வீடு பார்ப்பனர்கள் வசித்து வந்த பகுதியில் இருந்தது. பள்ளி தொடங்குவதற்கு ஓர் இடத்தைத் தர அப்பொழுது மகர்கள் தயாராய் இல்லை; ஆகவே, பூலே திரு.பிடேவின் உதவியை ஏற்றுக்கொண்டார். பிடேவின் வீட்டில் பெண்கள் பள்ளியை பூலே தொடங்கினார். பூனாவிலேயே முதல் பெண்கள் பள்ளி அதுதான்.

இவ்வாறாக, சகுணாபாய் தொடங்கி வைத்த ஒரு பணி பலன் தரத் தொடங்கியது. இதைத் தொடர்ந்து பூனாவிலும் அதன் சுற்றுப் புறங்களிலும் பூலே தம்பதிகள் பல பள்ளிகளைத் தொடங்கினார்கள். இதனால் பெருமகிழ்ச்சி அடைந்தவர் சகுணாபாய்தான். ஜோதியையும் சாவித்திரியையும் நினைத்து அவர் மிகுந்த பெருமிதம் அடைந்தார்.

பூலே தம்பதியரின் கல்விப் பணிகளுக்குச் சுயநலச் சக்திகள் காட்டிவந்த எதிர்ப்புகள் அதிகரித்து வந்ததால், பெண்கள் - சூத்திரர்கள் - ஆதிசூத்திரர்களுக்கு எதிராக நீண்ட காலமாக நீடித்து வந்த பார்ப்பனியச் சூழ்ச்சி குறித்து சகுணாபாய், சாவித்திரி, ஜோதிபா ஆகிய மூவரும் ஆலோசனை நடத்தினார்கள். சாதி வெறுப்பை நேரடியாக அனுபவித்திருந்த ஜோதிபா தீர்மானித்திருந்த சாதிமுறைக்கும் பார்ப்பனியத்திற்கும் எதிராகத் தான் தொடுக்கத் தீர்மானித்திருந்த தீவிரமான போராட்டத்திற்கு அந்த அனுபவத்தையே உரமாக்கிக் கொண்டார். சமூக மாற்றம் குறித்து எப்போதெல்லாம் ஜோதிபா முனைப்பான முடிவுகளுக்கு வந்தாரோ, அப்போதெல்லாம் அவற்றை சகுணாபாய் வரவேற்றதோடு, ஊக்கமும் தந்துவந்தார். வரலாற்றுக் கடமையை எடுத்துக்கொள்ளும்படி இத்தம்பதிகளுக்கு ஆசி வழங்கினார். இந்தப் பணிகளைப் பார்த்து அவர் பூரிப்படைந்தார். அவர்களுக்காகப் பிரார்த்தனை செய்தார்.

அரிதான சமூகக் கூருணர்ச்சியோடு இணைந்திருந்த இவரது ஆழமான மதப்பற்று பூலே தம்பதிகள் மீது தீவிரமான தாக்கத்தை ஏற்படுத்தியது. சமூக - பண்பாட்டுப் புரட்சி மீதான அவர்களது பற்றுறுதியை உறுதிப்படுத்தியது.

பவன் காசி சுபோத் ரத்னாகர் என்று தலைப்பிடப்பட்ட கவிதைத் தொகுப்பில் தன்னுடைய அம்மா மீது சாவித்திரிபாய், உணர்ச்சி பீறிடும் ஒரு கவிதை எழுதியிருப்பதில் வியப்படைய எதுவுமில்லை.

கடின உழைப்பாளி, மிகுந்த நேசமும்
கருணயும் கொண்டவர் எங்கள் அம்மா.

ஆழக் கடலும்

அவர் முன்னால் அடிபணியும்.

நெடிது உயர்ந்த வானமும்

அவர் முன்னால் குள்ளமாகும்.

எங்கள் வீட்டுக்கு வந்தார் அம்மா

மாளாத துன்பங்களை எங்களுக்காக

அனுபவித்தார்.

எங்களுக்குக் கல்வி தந்த கடவுள் அவர்

எங்கள் இதயத்தில் வீற்றிருக்கிறார் அம்மா.

ஜோதிபாவும் அம்மாவைப் போற்றுவதில் குறைந்தவர் அல்லர். நிர்மிகச்சா ஷோத் (படைத்தவனைத் தேடி) என்ற தன்னுடைய நூலை ஆவ்-மாவுக்கு அர்ப்பணம் செய்த ஜோதிபா அதில் பின்வருமாறு எழுதுகிறார்:

"சத்தியத்தின் வடிவான அன்னை சகுணாபாய்: மனிதமும் பணிவும் ஊட்டி என்னை வளர்த்தீர்கள். மற்றவர்களின் குழந்தை களை நேசிக்கவும் கற்றுத் தந்தீர்கள். பெரும் போற்றுதலோடு உங்களிடமிருந்து இதை நான் கற்றுக்கொண்டேன். இந்த நூலை உங்களுக்கு நான் சமர்ப்பணம் செய்கிறேன்."

பூலே தம்பதிகளின் அன்னையாகவும் ஆசானாகவும் விளங்கிய சகுணாபாய் சீர்சாகர் 1854-ஆம் ஆண்டு, சூலை 6-ஆம் தேதியன்று இறந்தார். பூலே தம்பதிகளின் மகோன்னதமான வாழ்வில், அவர் களுடைய முன்னோடிக் கல்விப் பணிகளில், எதிர்ப்புகளின் போது அத்தம்பதிகள் காட்டிய மனவுறுதியில், அவர்களது உறுதி, உழைப்பு, சேவையினால் முன்னேற்றமடைந்த பல்லாயிரக்கணக்கான பெண்கள் - சூத்திரர் - ஆதிசூத்திரர்களின் வாழ்க்கையில், சகுணாபாயின் மரபுரிமை பொதிந்து கிடக்கிறது.

★ ★ ★

## 4. காதல் கடிதங்கள்: ஜோதிபாவுக்கு சாவித்திரி எழுதிய மூன்று கடிதங்கள்

### ஆங்கில மொழிபெயர்ப்பும் குறிப்புகளும் - சுனில் சர்தார்

மராத்தியிலிருந்து மொழிபெயர்க்கப்பட்ட முக்கியமான மூன்று கடிதங்கள் இங்கே கொடுக்கப்பட்டுள்ளன (எம்.ஜி.மாலி அவர்கள் சாவித்திரிபாய் பூலே சமாக்ர வங்மாயா என்ற தலைப்பில் வெளியிட்ட சாவித்திரிபாயின் தொகுப்பு நூலிலிருந்து இக்கடிதங்கள் எடுக்கப்பட்டுள்ளன). ஜோதிபாவிற்கு சாவித்திரிபாய் பூலே வெவ் வேறு காலங்களில் எழுதிய கடிதங்கள் இவை. பல்வேறு காரணங் களினால் இந்தக் கடிதங்கள் முக்கியத்துவம் பெறுகின்றன. பொங்கி வழியும் கட்டற்ற நேசத்தைத் தன் கணவர் மீது பொழியும் மனைவியின் கடிதங்கள் இவை; இவை வழக்கமான காதல் கடிதங்கள் போன்று நேசத்தை வெளிப்படுத்துபவை அல்ல. சமூகத்தில் மிக மிக ஒதுக்கி வைக்கப்பட்ட மனிதர்கூட, முழுமையான மனித கண்ணியத்தையும் சுதந்திரத்தையும் பெற வேண்டும் என்பதை நோக்கமாகக் கொண்ட ஒரு சமூக விடுதலையின் மீது விரிவான ஓர் இலட்சியத்தின் மீது - தான் கொண்டிருந்த பற்றுறுதியோடு பிணைந்திருந்ததுதான் தன் கணவர் மீது தான் காட்டி வந்த நேசம் என்பதை வெளிக்காட்டும், உள்ளத்தை உருக்கும் சாட்சியங்கள் இந்தக் கடிதங்கள். விடுதலை பெற்ற ஒரு புதிய சமூகத்தின் மீதான - அறியாமை, குருட்டுப் பிடி வாதம், கையறுநிலை, பட்டினி ஆகிய தளைகளிலிருந்து விடுதலை பெற்ற ஒரு சமூகத்தின் மீதான - இந்தக் கனவும் அடிபணியாத நெஞ்சுறுதியும்தான் இத்தம்பதிகளை முழுமையாக இணைத்து வைத் திருந்த பிணைப்பாகும். அவர்களுடைய பொது வாழ்க்கையையும் தனி வாழ்க்கையையும் பிரிக்க முடியாத வகையில் பிணைத்திருந்தது இது. உயர்வான ஒரு பொது இலட்சியத்தில் அவர்கள் தங்களை முழுமையாகக் கண்டு கொண்டார்கள்; இது அரிதினும் அரிதான ஒன்றாகும். புரட்சிகர உணர்வும் கட்டுப்பாட்டை மீறுகின்ற குணமும் கொண்டிருந்த தனது கணவருக்குச் சாவித்திரிபாய் தந்து வந்த பெரும் உணர்வுப்பூர்வமான ஆதரவையும் இக்கடிதங்கள் மறைமுகமாக எடுத்துக் காட்டுகின்றன.

பத்தொன்பதாம் நூற்றாண்டில் மகாராஷ்டிரச் சமூகத்தில் ஆதிக்கம் செலுத்திவந்த அனைத்துச் சக்திகளும் பூலேவின் ஆக்கபூர்வமான தீவிர முற்போக்குக் கொள்கைகளுக்கு எதிராகக் களமிறங்கிய வேளையில், அவருடைய வாழ்க்கைத் துணைவியார் காட்டி வந்த உன்னதமான நேசமும் மகிழ்ச்சி ததும்பிய அர்ப்பணிப்பு உணர்வும் தான் பிற்போக்கு மற்றும் ஒடுக்குமுறைச் சக்திகளுக்கு எதிராக அவர் நடத்திவந்த ஓய்வில்லாத போராட்டத்தில் அவரை உணர்வுப்பூர்வமாகத் தொடர்ந்து பேணிவந்தது என்று சொல்லலாம். ஒடுக்கப்பட்ட மக்களுக்காக பூலே நடத்திய விடுதலைப் போராட்டத்தில் அவருக்கு இணையான, திறமையான தோழராக சாவித்திரிபாய் உருப்பெற்று வந்ததை இக்கடிதங்கள் மூலம் கண்டு கொள்ளலாம்.

பற்பல நூற்றாண்டுகளாகக் கல்வி பார்ப்பனர்களின் ஏகபோக உரிமையாக இருந்த ஒரு சமூகத்தில், உழைக்கும் மக்களை ஒடுக்கவும், அடிமைப்படுத்தவும், அவர்கள் மத்தியில் அவநம்பிக்கையை ஏற்படுத்தவும் கல்வியை ஒரு கருவியாகப் பார்ப்பனர்கள் பயன்படுத்திவந்த ஒரு சமூகத்தில் கல்வி குறித்தும் அதன் விடுதலைப் பங்கு குறித்தும் - 1856-இல் எழுதப்பட்ட முதல் கடிதம் பேசுகிறது. சிகிச்சைக்காகத் தன் தாய் வீட்டில் தங்கி ஓய்வெடுத்து வந்த சாவித்திரிபாய் தன் சகோதரருடன் நடத்திய உரையாடலை இக்கடிதத்தில் குறிப்பிட்டுள்ளார். தனித்துவமான சமூகப் பங்களிப்பைக் கைவிட்டு விட்டுச் சாதி மரபுகளுக்குக் கட்டுப்படும்படியும் பார்ப்பனர்களின் கட்டளைகளைப் பின்பற்றும்படியும் தன்னுடைய சகோதரர் விடுத்த வேண்டுகோளைத் தான் மறுத்ததை இக்கடிதத்தில் அவர் குறிப்பிடுகிறார். பூனாவில் அவர் முன்னெடுத்த சமூகப் பணிகளைச் சிறுமிகளுக்கும் பெண்களுக்கும், மகர், மங் சாதி மக்களுக்கும் அவர் கல்வி கற்றுத் தந்ததை - அவற்றுக்கான நியாயங்களை சாவித்திரிபாய் இக்கடிதத்தில் தெளிவாக எடுத்துரைக்கிறார். அவர் கூறுவது போல, "கல்வி கற்காமல் இருப்பது மனித இயல்புக்கே விரோதமானது. பார்ப்பனர்களின் உயர்ந்த அந்தஸ்துக்கு அவர்கள் கல்வியறிவு பெற்றிருந்ததே காரணமாகும். கல்வியும் அறிவும் மிகவும் உன்னதமானவையாகும். ஒருவர் கல்வியறிவு பெற்றால் தன்னுடைய தாழ்ந்த நிலையிலிருந்து விடுபட்டு உயர்ந்த இடத்தை அடையலாம்."

★ ★ ★

அக்டோபர், 1856

சத்தியத்தின் மனித வடிவமான

என் பிரபு ஜோதிபாவுக்கு

சாவித்திரியின் வணக்கங்கள் !

பலமுறை ஏற்பட்ட உடல் நலிவுக்குப் பின்னர் என் உடல் நிலையில் முன்னேற்றம் ஏற்பட்டிருக்கிறது. நான் நோய்வாய்ப்பட்டிருந்தபோது எனது சகோதரர் கடினமான வேலை செய்து என்னை நல்லமுறையில் கவனித்துக் கொண்டார். அவருடைய சேவையும் அர்ப்பணிப்பும் என்மீது அவர் எவ்வளவு நேசம் வைத்திருந்தார் என்பதையே காட்டுகிறது! முழுமையாக நலம் பெற்ற உடனேயே நான் பூனா திரும்பிவிடுவேன். என்னைப் பற்றி நீங்கள் கவலைப்பட வேண்டாம். நான் அங்கில்லாமல் இருப்பது பாத்திமாவுக்கு மிகுந்த சிரமத்தைத் தரும் என்பது எனக்குத் தெரியும். அவர் இதைப் புரிந்துகொள்வார்; குறை சொல்ல மாட்டார் என்பதும் எனக்கு நிச்சயமாகத் தெரியும்.

ஒருமுறை நானும் என்னுடைய சகோதரரும் பேசிக் கொண்டிருந்த போது, “உன்னையும் உன்னுடைய கண வரையும் சமூக விலக்கு செய்தது நியாயம்தான். ஏனென்றால், நீங்கள் இருவரும் தீண்டத் தகாதவர்களுக்கு (மகர், மங் சாதியினருக்கு) சேவை செய்து வருகிறீர்கள், அவர்கள் கீழான வர்கள்; அவர்களுக்கு உதவுவதன் மூலம் நமது குடும்பத் திற்குக் கெட்டபெயரையே கொண்டு வருகிறீர்கள். அதனால் தான் நமது சாதி மரபுகளைப் பின்பற்றும்படியும் பார்ப்பனர் களின் கட்டளைகளை ஏற்கும்படியும் நான் உங்களைக் கேட்டுக்கொள்கிறேன், என்று அவர் என்னிடம் சொன்னார். என் சகோதரர் இப்படி எடுத்தெறிந்தது போலப் பேசியதைக் கேட்டு எங்கள் தாயாருக்கு மிகுந்த வருத்தம் உண்டா யிற்று. பொதுவாக என்னுடைய சகோதரர் நல்லவர் என்ற போதிலும் முழுக்க முழுக்கக் குறுகிய எண்ணம் படைத் தவர். நம்மைக் கடுமையாக விமர்சிப்பதற்கும் கண்டிப் பதற்கும் அவர் தயங்கவுமில்லை. என்னுடைய தாயாரோ அவரைக் கண்டிக்கவில்லை; மாறாக, அவர் பேசியது முட்டாள்தனம் என்பதைச் சுட்டிக்காட்ட முயன்றார்.

“கடவுள் உனக்கு ஓர் அழகான நாக்கைத் தந்திருக்கிறார். அதைத் தவறாகப் பயன்படுத்துவது நல்லதல்ல.”

நானோ நமது சமூகப்பணிகளின் முக்கியத்துவத்தை எடுத்துச் சொல்லி, என்னுடைய சகோதரருடைய தவறான புரிதலைச் சரிசெய்ய முயன்றேன். “உன்னுடைய சிந்தனை குறுகலானது; பார்ப்பனர்களின் அறிவுரையோ அதனை மேலும் மோசமாக்கிவிட்டது. உன்னைப் பொறுத்தவரையில் ஆடு, மாடுகள்கூடத் தீண்டத்தகாதவை அல்ல; நீ அன் போடு அவற்றைத் தொடுகிறாய். நாகபூஜையன்று விஷப் பாம்புகளைப் பிடித்து அவற்றுக்குப் பால் தருகிறாய். ஆனால், உன்னையும் என்னையும் போல மனிதப் பிறவி களான மகர்களையும் மங்குகளையும் தீண்டத்தகாதவர் களாகப் பார்க்கிறாய். இதற்கு என்ன நியாயத்தை நீ சொல்லப்போகிறாய்? பார்ப்பனர்கள் புனித ஆடைகளோடு தங்களது மதச்சடங்குகளைச் செய்யும்போது உன்னையும் கூட அவர்கள் தீட்டுப்பட்டவனாக, தீண்டத் தகாதவனாகத் தான் பார்ப்பார்கள்; நீ அவர்களைத் தொட்டு அசுத்தப்படுத்தி விடுவாயோ என அச்சப்படுவார்கள். மகர்களிடம் அவர்கள் எப்படி நடந்துகொள்கிறார்களோ அப்படித்தான் உன்னிட மும் நடந்துகொள்கிறார்கள்.” இதைக் கேட்டதும் அவ ருடைய முகம் கோபத்தால் சிவந்தது. “அந்த மகர்களுக்கும் மங்குகளுக்கும் நீ ஏன் கல்வி கற்றுத் தருகிறாய்? தீண்டத் தகாதவர்களுக்கு நீ கல்வி கற்றுத் தருவதால் மக்கள் உன்னை நிந்திக்கிறார்கள். இதற்காக அவர்கள் உன்னை நிந்திப்பதையும் உனக்குத் தொல்லைகள் தருவதையும் என்னால் பொறுத்துக்கொள்ள முடியாது. இம்மாதிரியான அவமரியாதைகளை என்னால் சகித்துக்கொள்ள முடியாது” என்று என்னுடைய சகோதரர் சொன்னார்.

ஆங்கிலத்தால் மக்களுக்கு என்ன நன்மை கிடைக்கிறது என்பதை நான் அவருக்குச் சொன்னேன்: “கல்வி கற்காமல் இருப்பது மனித இயல்பிற்கே விரோதமானது. பார்ப்பனர் களின் உயர்ந்த அந்தஸ்திற்கு அவர்கள் கல்வியறிவு பெற் றிருந்ததே காரணமாகும். கல்வியும் அறிவும் மிகவும் உன்னத மானவையாகும். ஒருவர் கல்வியறிவு பெற்றால் தன்னு டைய தாழ்ந்த நிலையிலிருந்து விடுபட்டு உயர்ந்த இடத்தை அடையலாம்.” என்னுடைய கணவர் கடவுளைப்

போன்றவர். இந்த உலகத்தில் அவரோடு ஒப்பிடுவதற்கு யாருமில்லை. தீண்டத்தகாதவர்கள் கல்விகற்க வேண்டும்; அதன் மூலம் விடுதலை பெற வேண்டும் என்று அவர் நினைக்கிறார். தீண்டத்தகாத மக்களும் மற்றவர்களைப்போல மனிதர்களே; சுயமரியாதை கொண்ட மனிதர்களாக அவர்களும் வாழ வேண்டும் என்று அவர் கருதுவதால் அவர்களுக்குக் கல்வி கற்றுத்தர விரும்புகிறார்; அதற்காகப் பார்ப்பனர்களின் எதிர்ப்பையும் சந்திக்கிறார். அவர்களுடன் போராடுகிறார். சுயமரியாதை உள்ளவர்களாக அவர்கள் மாற வேண்டுமென்றால் அவர்கள் கல்வி கற்றாக வேண்டும். இதே காரணத்திற்காகத்தான் நானும் அவர்களுக்குக் கல்வி கற்றுத் தருகிறேன். இதில் என்ன தவறு இருக்கிறது? ஆமாம், நாங்கள் இருவருமே சிறுமிகளுக்கும் பெண்களுக்கும், மங், மகர் சாதியினருக்கும் கல்வி கற்றுத் தருகிறோம். இது தங்களுக்குப் பிரச்சினைகளை ஏற்படுத்துமென்று கருதுவதால் பார்ப்பனர்கள் பீதியடைந்திருக்கிறார்கள் அதனால் இதை எதிர்க்கிறார்கள். இது நமது மதத்திற்கு எதிரானது என்பதையே மந்திரமாக ஓதி வருகிறார்கள் பார்ப்பனர்கள் எங்களை வெறுக்கிறார்கள் தண்டிக்கிறார்கள். உன்னைப் போன்ற நல்லவர்களின் உள்ளங்களைக்கூட விஷமாக்குகிறார்கள்...

"என்னுடைய கணவரின் அரும்பணியைப் பாராட்டிக் கௌரவிப்பதற்காக பிரிட்டிஷ் அரசாங்கம் ஒரு நிகழ்ச்சி ஏற்பாடு செய்ததை நிச்சயம் நீ நினைவில் வைத்திருப்பாய். அவருக்குக் கிடைத்த இப்பாராட்டு இந்தக் கொடியவர்களை மிகவும் மனம் புண்பட வைத்திருக்கும். உன்னைப்போல் பெயரளவிற்குக் கடவுளின் பெயரை உச்சரிப்பது, புண்ணிய யாத்திரை செல்வது போன்ற வேலைகளை எனது கணவர் செய்ய மாட்டார். உண்மையில் அவர் கடவுள் செய்ய வேண்டிய பணிகளைத்தான் செய்து வருகிறார். அந்தப் பணியில் அவருக்கு நான் உதவி செய்து வருகிறேன். இம்மாதிரியான சேவை மூலம் எனக்கு அளவிட முடியாத மகிழ்ச்சி கிடைக்கிறது. அதற்கும் மேலாக, ஒரு மனிதன் எவ்வளவு உயரத்தை எட்ட முடியும் என்பதையும் இச்சேவை காட்டுகிறது," என்று நான் சொன்னேன். எனது சகோதரரும் தாயாரும் இதைக் கவனமாகக் கேட்டார்கள். கடைசியாக எனது சகோதரர் பேசியதற்காக என் தாயார் வருத்தம்

தெரிவித்தார். அவரை மன்னித்து விடும்படி என்னிடம் கோரினார். "சாவித்திரி, கடவுளின் வார்த்தைகளைத்தான் நீ பேசியிருக்கிறாய். உன்னுடைய ஞானம் நிறைந்த சொற்கள் எங்களை ஆசீர்வதிக்கின்றன" என்று என் தாயார் என்னிடம் சொன்னார். என்னுடைய தாயாரிடமிருந்தும் சகோதரரிட மிருந்தும் வந்த இந்தப் பாராட்டு எனக்கு மகிழ்ச்சியைத் தந்தது. பூனாவைப் போலவே இங்கும் பல மடையர்கள் மக்களின் மனதில் விஷத்தையும் நமக்கு எதிராக அவதூறு களையும் பரப்பி வருகிறார்கள் என்பதை இதிலிருந்து நீங்கள் தெரிந்துகொள்ளலாம். ஆனால், நாம் எதற்காக அச்சப்பட வேண்டும்? நாம் முன்னெடுத்து வரும் இந்த உன்னதமான இலட்சியத்தை எதற்காகக் கைவிட வேண்டும்? அதற்குப் பதிலாக இந்தப் பணியில் தொடர்ந்து ஈடுவடுவதே சிறந்த தாகும். நாம் இத்தொல்லைகளைச் சமாளிப்போம்! எதிர் காலத்தில் வெற்றி நமதாகும்.

வேறு செய்தி எதுவுமில்லை!

பணிவான வணக்கங்களுடன்

உங்கள்

சாவித்திரி

★★★

இரண்டாவது கடிதம் மிகப்பெரும் ஒரு சமூகத்தடை மீறப்பட்டது குறித்ததாகும். பார்ப்பன இளைஞனுக்கும் தீண்டத்தகாத பெண் ணுக்கும் இடையில் ஏற்பட்ட காதல் குறித்தும் இதனால் ஆத்திர முற்ற கிராமவாசிகள் அவர்களைக் கொல்ல முயற்சித்தது குறித்தும் இக்கடிதம் பேசுகிறது. இந்தச் செய்தியைக் கேள்விப்பட்ட சாவித்திரி, உடனே இதில் தலையிட்டு அந்தக் காதல் ஜோடியைக் காப் பாற்றியதோடு, பாதுகாப்பிற்காகவும் பரிவான ஆதரவிற்காகவும் தன் கணவரிடம் அவர்களை அனுப்பி வைத்தார். இந்தக் காதலர்களின் கலப்பு மணத்திற்கு ஆதரவு தரும் நோக்கோடு சாவித்திரிபாய் உடனடியாக இதில் தலையிட்டு அவர்களைக் காப்பாற்றுவதை இக் கடிதம் எடுத்துக்காட்டுகிறது. இம்மாதிரியான ஒரு நடவடிக்கை யானது இன்றைக்கும்கூட - குறிப்பாக இந்தியக் கிராமங்களில் - தீவிரமானதாகப் பார்க்கப்படும் போது, 1860களில் இது புரட்சி கரமானதாகவே இருந்திருக்க வேண்டும்.

*29, ஆகஸ்ட் 1868*

நைகான், பேடா கந்தாலா
சதாரா

சத்தியத்தின் மனித வடிவமான
என்னுடைய பிரபு ஜோதிபாவுக்கு
சாவித்திரியின் வணக்கங்கள்!

உங்கள் கடிதம் கிடைத்தது. நாங்கள் இங்கு நலம். அடுத்த மாதம் ஐந்தாம் தேதியன்று நான் அங்கு வருகிறேன். இது குறித்து நீங்கள் கவலைப்படத் தேவையில்லை. இதற்கிடையில் ஒரு விசித்திரமான சம்பவம் இங்கு நடந்துள்ளது. விசயம் இதுதான். கணேஷ் என்ற பார்ப்பன இளைஞன் சுற்றுவட்டாரக் கிராமங்களில் மதச்சடங்குகளைச் செய்து வந்தான். ஆரூடமும் சொல்லி வந்தான். இதுதான் அவனது பிழைப்புக்கான தொழிலாகும். கணேசும் தீண்டத்தகாத மகர் சாதியைச் சேர்ந்த ஷாஜா என்ற பெண்ணும் ஒருவரையொருவர் காதலித்தார்கள். அப்பெண் ஆறு மாதக் கர்ப்பிணியாக இருந்தபோதுதான் இந்தச் செய்தி அப்பகுதி மக்களுக்குத் தெரிய வந்தது. ஆத்திரமடைந்த மக்கள் அவர்களைப் பிடித்து கிராமம் வழியாக ஊர்வலமாக அழைத்துச் சென்றார்கள். அவர்களைக் கொன்றுவிடுவதாக மிரட்டினார்கள்.

அவர்கள் கொலை செய்யப்போகிறார்கள் என்ற செய்தி எனக்குக் கிடைத்தது. உடனே அந்த இடத்திற்கு நான் விரைந்து சென்றேன். காதலர்களைக் கொன்றால் பிரிட்டிஷ் சட்டத்தின் கீழ் வரவிருக்கும் ஆபத்தான பின்விளைவுகளைச் சுட்டிக்காட்டி அவர்களை எச்சரித்தேன். என்னுடைய பேச்சைக் கவனமாகக் கேட்ட அவர்கள் தங்கள் முடிவை மாற்றிக்கொண்டார்கள்.

சூழ்ச்சிக்காரப் பார்ப்பன இளைஞனும் தீண்டத்தகாத சாதிப் பெண்ணும் கிராமத்தைவிட்டு வெளியேறிவிட வேண்டும் என்று சாதுபா (ஊர்ப் பெரியவர்) கோபமடைந்து கத்தினார். அந்த இருவருமே அதை ஏற்றுக்கொண்டார்கள். நான் தலையிட்டதால் உயிர் தப்பிய அவர்கள் நன்றியோடு என்னுடைய காலில் விழுந்து கதறினார்கள். ஒரு வழியாக இப்பொழுது அவர்கள் அவர்களுக்கு ஆறுதல் சொல்லிச் சமா

தானப்படுத்தினேன். இருவரையும் உங்களிடம் அனுப்பி வைக்கிறேன். வேறு செய்தி எதுவுமில்லை.

உங்களுடைய

சாவித்திரி

\* \* \*

இந்த மூன்றாவது கடிதம் எழுதப்பட்ட ஆண்டு 1877 மேற்கு மகாராஷ்டிரத்தைச் சூறையாடிய பஞ்சத்தைப் பற்றி உள்ளத்தை உருக்கும் ஒரு சித்திரத்தை முன்வைக்கிறது இக்கடிதம். மக்களும் கால்நடைகளும் மடிந்து வந்த துயரமான நிலைமை. பஞ்சத்தால் பாதிக்கப்பட்ட மக்களுக்கு சாவித்திரியும் சத்திய சோதக் சமாஜத்தின் ஊழியர்களும் தங்களால் இயன்ற உதவிகளைச் செய்தார்கள், ஒருசில கந்துவட்டிக்காரர்களின் முறைகேடான சூழ்ச்சிகளினால் உருவான அதிருப்தியையும் கொந்தளிப்பையும் தணிக்க அர்ப்பணிப்பு உணர்வு கொண்ட சமாஜத்தின் ஊழியர்கள் துணையோடு சாவித்திரிபாய் துணிச்சலாக எடுத்த முயற்சியை இக்கடிதம் எடுத்துக்காட்டுகிறது. மாவட்ட ஆட்சித் தலைவரை நேரில் சந்தித்த சாவித்திரிபாய், அவசரமாக எடுக்க வேண்டிய நடவடிக்கைகள் குறித்து அவரிடம் தைரியமாகப் பேசினார். தன்னுடைய கணவரின் பெரும் மனித நேயப் பணியில் தன்னை முழுமையாக ஈடுபடுத்தியிருப்பதை உறுதி செய்யும் ஒரு காத்திரமான குறிப்புடன் இக்கடிதம் முடிகிறது. விடுதலையை நோக்கமாகக் கொண்ட சமூகப்பணியை இறைச்சேவை என்று அவர் குறிப்பிடுகிறார். அந்த இலட்சியப் பணியுடன் தன்னை அடையாளப்படுத்திக் கொண்ட அவர், அதற்கு நிரந்தர ஆதரவு தருவதாக ஜோதிபாவுக்கு உறுதியளிக்கிறார்.

20, ஏப்ரல் 1877
ஒட்டூர், ஜுன்னர்

சத்தியத்தின் மனித வடிவான
என்னுடைய பிரபு ஜோதிபாவுக்கு
சாவித்திரியின் வணக்கங்கள்

1876-ஆம் ஆண்டு கடந்துவிட்டது. ஆனால், பஞ்சம் இன்னமும் தொடர்கிறது. மிகவும் பயங்கரமான வடிவில் அது இங்கே நீடித்துவருகிறது. மக்கள் மாண்டு வருகின்றனர். கால்நடைகள் கீழே விழுந்து இறந்து வருகின்றன.

கடுமையான உணவுப்பஞ்சம். கால்நடைகளுக்குத் தீவனமே கிடைப்பதில்லை. மக்கள் கிராமங்களை விட்டு வெளியேற வேண்டிய நிர்ப்பந்தத்தில் இருக்கிறார்கள். ஒரு சிலர் தங்கள் குழந்தைகளை - குறிப்பாகச் சிறுமிகளை - விற்கிறார்கள், கிராமங்களை விட்டு வெளியேறுகிறார்கள். ஆறு, நீரோடை, குளம் என அனைத்தும் வற்றிக்கிடக்கின்றன. குடிப்பதற்கு நீர் இல்லை. மரங்கள் காய்ந்துவிட்டன. வறண்ட நிலங்கள் வெடித்துக்கிடக்கின்றன. வெயில் சுட்டெரிக்கிறது. உண வுக்கும் குடிநீருக்கும் கூக்குரல் இட்டபடி மக்கள் கீழே விழுந்து சாகிறார்கள். ஒருசிலர் விஷப்பழங்களைச் சாப்பிடு கிறார்கள்: ஒருசிலர் தாகத்தைத் தணித்துக்கொள்ளத் தங்க ளுடைய சிறுநீரையே குடிக்கிறார்கள். உணவும் குடிநீரும் கேட்டுக் கதறுகிறார்கள். பிறகு செத்து விழுகிறார்கள்.

நமது சமாஜத்தின் ஊழியர்கள் குழுக்களை அமைத்து மக்களுக்கு உணவையும் உயிரைக் காப்பாற்றுவதற்குத் தேவையான பொருட்களையும் தந்து வருகிறார்கள்.

சகோதரர் கொண்டாஜ் அவர்களும் அவருடைய மனைவி உமாபாயும் என்னை நன்றாகக் கவனித்துக் கொள்கிறார்கள். ஒட்டூரைச் சேர்ந்த சாஸ்திரி, கணபதி சகாரன், தும்பாரே, பாடீல் ஆகியோரும் மற்றவர்களும் உங்களைச் சந்திக்கத் திட்டமிட்டிருக்கிறார்கள். நீங்கள் சதாரவிலிருந்து ஒட்டூர்க்கு வந்துவிட்டு, பின்னர் அகமத்நகர் சென்றால் பயனுள்ளதாக இருக்கும்.

ஆர்.பி.கிருஷ்ணாஜி பந்த்தையும் லட்சுமண் சாஸ்திரி யையும் உங்களுக்கு நினைவிருக்கிறதா? பாதிக்கப்பட்ட இடங்களுக்கு என்னோடு சேர்ந்து அவர்களும் பயணம் செய்தார்கள். பாதிக்கப்பட்ட மக்களுக்கு ஒருசில பொரு ளாதார உதவியைச் செய்தார்கள்.

கந்துவட்டிக்காரர்கள் நேர்மைக்கேடான வழியில் இந்தச் சூழ்நிலையைப் பயன்படுத்தி வருகிறார்கள். பஞ்சத்தின் காரணமாக மோசமான சம்பவங்கள் நடந்துவருகின்றன. கலகங்கள் வெடித்து வருகின்றன. இதைக் கேள்விப்பட்ட மாவட்ட ஆட்சியர், பதற்றத்தைத் தணிக்க இங்கே வந்தார். வெள்ளைக் காவல்துறை அதிகாரிகளைப் பணியில் ஈடு படுத்தி நிலைமையைக் கட்டுக்குள் கொண்டுவர முயற்சி

செய்தார். நமது சமாஜத்தைச் சேர்ந்த ஐம்பது ஊழியர்களை அந்த அதிகாரிகள் பிடித்து வைத்துக்கொண்டார்கள். இது குறித்துப் பேச மாவட்ட ஆட்சியர் என்னை அழைத்தார். நற்பணியில் ஈடுபட்டுள்ள சமாஜ ஊழியர்கள் மீது பொய்க் குற்றச்சாட்டுகள் சுமத்தி அவர்களை ஏன் கைது செய்தீர்கள் என்று ஆட்சியரிடம் நான் கேட்டேன். உடனடியாக அவர் களை விடுதலை செய்யுமாறு நான் கேட்டுக்கொண்டேன். மாவட்ட ஆட்சியர் மிகக் கண்ணியத்தோடும் பாரபட்சம் இல்லாமலும் நடந்துகொண்டார். உடனே வெள்ளைச் சிப்பாய்களைப் பார்த்து, “பாடீல் விவசாயிகள் என்ன திரு டர்களா? உடனே அவர்களை விடுதலை செய்யுங்கள்” என்று சத்தமிட்டார். மக்களின் துயரங்களைப் பார்த்து ஆட்சியர் நெகிழ்ந்து போனார். உடனடியாக நான்கு மாட்டு வண்டிகளில் உணவுப் பொருட்களை அனுப்பிவைத்தார்.

ஏழை மக்களுக்காகக் கருணையுடன் நலப்பணிகளை நீங்கள் தொடங்கி வைத்திருக்கிறீர்கள். அதில் என்னுடைய பங்கைச் செலுத்த நான் விருப்பப்படுகிறேன். எப்பொழுதும் உங்களுக்கு நான் உதவி செய்வேன் என்று உறுதி தருகிறேன். இந்த இறைப்பணிக்கு மேலும் பலர் உதவியளிப்பார்கள் என்று நான் நம்புகிறேன்.

வேறு செய்தி எதுவுமில்லை.

உங்கள்

சாவித்திரி

★★★

## 5. படங்களில் சாவித்திரிபாய் பூலே

சாவித்திரிபாய் பூலே

சாவித்திரிபாய் பூலே, ஜோதிபா பூலே

ஜோதிபா பூலே

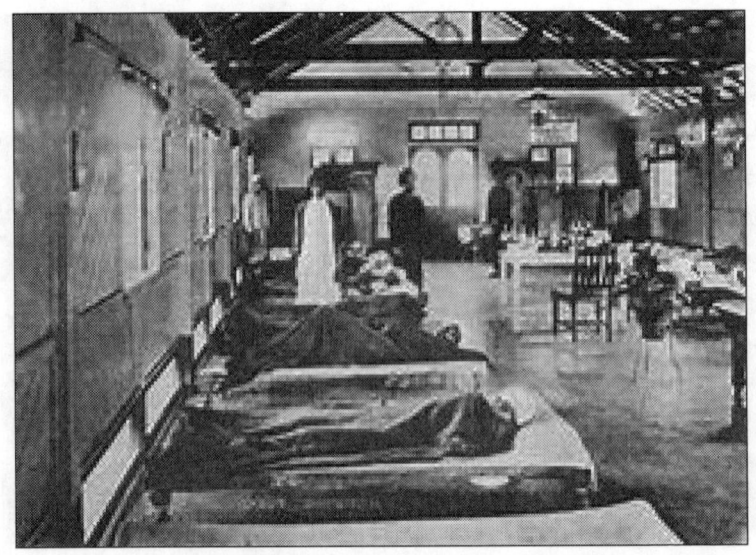

கொள்ளைநோயினால் பாதிக்கப்பட்டவர்களை பூலே தம்பதியர் கவனித்துவந்த காட்சி

ஆதரவற்ற பெண்கள், குழந்தைகளைப் பாதுகாக்கும் காட்சி

பார்ப்பனீயர்களின் தாக்குதலுக்கு நடுவிலும் மாணவிகளுக்கு சாவித்திரிபாய் பயிற்றுவிக்கும் காட்சி

தீண்டப்படாதோருகாக பூலே தம்பதியார் திறந்துவிட்ட குடிநீர்க் கிணறு

சாவித்திரிபாய் பூலே நினைவாக 1997ஆம் ஆண்டில் இந்திய அரசு வெளியிட்ட தபால் தலை

சகுணாபாயும் (இடது) சாவித்திரிபாயும் தங்கள் நண்பர் ஃபாத்திமா ஷேக் உடன் (நிற்பவர்) காட்சிதரும் அரிய புகைப்படம்

சாவித்திரிபாயும் மகாத்மா பூலேவின் திருஉருவச் சிலைகள்

சாவித்திரிபாய் பூலே பல்கலைக்கழகம் - பூனா

## 6. அரசியல் எழுத்துகளின் முன்னோடி: சாவித்திரிபாய் பூலேவின் கவிதைகள்

- மராத்தியிலிருந்து ஆங்கிலத்திற்கு
- சுனில் சர்தார், விக்டர் பால்

நவீன இந்தியாவின் தொடக்ககாலக் கவிஞர்களில் சாவித்திரிபாய் பூலேவும் ஒருவர் என்பது குறிப்பிடத்தக்கது; ஆனால், இது இதுவரை அறியப்படாத ஒரு செய்தியாகும். 1854-ஆம் ஆண்டில் கவிய பூலே என்ற தலைப்பில் வெளியிடப்பட்ட இவரது கவிதை நூல்தான் பிரிட்டிஷ் இந்தியாவில் வெளியான முதல் இந்தியக் கவிஞரின் நூலாக இருக்கும்.

சாவித்திரிபாய் பூலே அரசியல் கவிதையின் முன்னோடி ஆவார். ஒடுக்கப்பட்ட மக்கள் மத்தியில் சுயமரியாதை, சுதந்திரம், சமத்துவம் ஆகியவை குறித்த புதிய விழிப்புணர்ச்சியை உருவாக்க இவர் கவிதை எழுதினார். விடுதலைக் கல்வியின் ஒரு கருவியாக ஆங்கில மொழியின் முக்கியத்துவத்தை முதன்முதலாகப் புரிந்து கொண்டவரும் அதை வலியுறுத்தியவரும் இவரே, கல்வி குறித்தும் சமூகம் குறித்தும் இவர் கொண்டிருந்த கரிசனங்களைச் சித்திரிக்கும் இக்கவிதைகள் சாவித்திரிபாய் பூலே சமாக்ர வங்மாயா என்ற தலைப்பில் எம்.ஜி. மாலி அவர்கள் மராத்தியில் வெளியிட்ட கவிதை நூலிலிருந்து மொழியாக்கம் செய்யப்பட்டவையாகும்.

## கல்வி பயில்

சொந்தக்காலில் நில்
சுறுசுறுப்பாய் இரு
நன்றாக உழை
அறிவையும் செல்வத்தையும் திரட்டு
அறிவில்லையென்றால் அனைத்தும் நாசமே
அறிவில்லையென்றால் நாம் அனைவரும் விலங்குகளே

இனியும் வேண்டாம் சோம்பல்
புறப்படு, கல்வி பயில்
அடக்கப்பட்டவர்களின், கைவிடப்பட்டவர்களின்
துயரங்களுக்கு முடிவுகட்டு.

நீ கல்வி பயிலப் பொன்னான வாய்ப்பு
வந்திருக்கிறது
சாதி விலங்குகளை உடைத்தெறியக்
கல்வி பயில்.

பார்ப்பன சாத்திரங்களைத் தூர வீசு.

★★★

## எழு, கல்வி பயில், செயல்படு

பலவீனமானவர்களே, ஒடுக்கப்பட்டவர்களே!
எனதருமைச் சகோதரர்களே! எழுங்கள்!
அடிமை வாழ்க்கையிலிருந்து
வெளியே வாருங்கள்!

நம்மைக் கல்வி கற்காமல்
தடுத்தவர் மனு
அந்த மனுவின் சீடர்களாம் பேஷ்வாக்கள்
மாண்டொழிந்தார்கள்.

ஆயிரம் ஆண்டுகளாக உங்களுக்குக்
கிட்டியிராத வாய்ப்பு இது
அறிவைத் தரும் ஆங்கிலம்
வருகை புரிந்திருக்கிறது.

நாம் கற்றுக்கொள்வோம்
நம் குழந்தைகளுக்குக் கற்றுத் தருவோம்
அறிவைப் பெறுங்கள்
பகுத்தறியப் பழகுங்கள்.

என் ஆன்மாவினுள்
ததும்பி வழிகிறது ஏக்கம்
அறிவு முழுமையடைய வேண்டுமென்று.

சாதி என்னும் காயத்தின் தழும்பை
என்னுடைய வாழ்க்கையிலிருந்தே
தூக்கியெறிவேன்.

பலிராஜனின் ராஜ்ஜியத்தில்
எங்களது மகத்தான கொடி
பட்டொளி வீசிப் பறக்கும்
எச்சரிக்கை.

அனைவரும் சேர்ந்து சொல்வோம்:
"வறுமையே ஓடிவிடு
எங்கள் ராஜ்ஜியம் உதயமாகிவிட்டது!"

விழித்தெழுவோம் எழுச்சிபெறுவோம்!
கல்வி புகட்டுவோம்
பழம் மரபுகளைத் தூக்கியெறிவோம்
விடுதலை பெறுவோம்.

நாம் ஒன்றுசேர்ந்து கற்போம்
கொள்கையை
அறநெறியை
மதங்களை
நாம் ஒன்றுசேர்ந்து கற்போம்

சோம்பலை விட்டொழித்து
சங்கநாதம் செய்வோம்
"பார்ப்பனனே
எங்களை வீழ்த்த முடியாது
உன்னால்"

போர் முழக்கம் செய்வோம்
"எழுந்திருங்கள்,
கற்போம், செயல்படுவோம்."

★★★

## ஆங்கிலமே அன்னை

மறைந்தது பேஷ்வாவின் ஆட்சி
வந்துவிட்டாள் ஆங்கில அன்னை.

அவநம்பிக்கையின் இருளில்
நிராதரவாக நின்றோம்
சொர்க்கம், நரகம் பற்றிய
அச்சம் எப்போதும் நம்மை
மிரட்டிக்கொண்டேயிருந்தது.

துயரமான அந்த நேரத்தில்
வருகைபுரிந்தாள் ஆங்கில அன்னை
இனி காலம் உங்களுடையதே.

மூட நம்பிக்கையின் தளைகளிலிருந்து விடுபடுங்கள்
அதன் சிறைக்கதவுகளை உடைத்து நொறுக்குங்கள்
அதில்தான் இருக்கிறது உங்கள் விடுதலை.

என் பிரியமான குழந்தைகளே
எழுதக் கற்றுக்கொள்ளுங்கள்
படிக்கக் கற்றுக்கொள்ளுங்கள்
வாய்ப்பான நேரம் இது
ஆங்கில அன்னை வந்திருக்கிறாள்.

மனுகாட்டிய வழியில்
தீமைகளும் இழிவுகளுமே
நிறைந்திருந்தன.
இந்த வழியில்தான்
இத்தனை காலமும் நாம் இருந்தோம்.

ஏழைகளாக,
அடக்கப்பட்டவர்களாக.

இத்தனை காலமும்
நம்மை ஏமாற்றி வந்தவர்கள்
முட்டாளாக்கி நம்மைச் சுரண்டியவர்கள்
இப்போது காணாமல் போய்விட்டார்கள்
ஆங்கில அன்னை வருவதை அறிந்து.

ஆங்கிலத்தின் சவுக்கடியால்
சாம்பலாகிப் போயிற்று
பார்ப்பன ஆட்சி.

ஆங்கில அன்னையின் கதவருகே
செத்துக்கிடக்கிறான் மனு – இனி
ஏழை மக்களுக்கு நல்ல காலம்.

ஏழையின் புகலிடம் எது?
நிழல்தரும் மரம் எது?
அன்னையின் அரவணைப்பு எது?
அறிவுதானே அது.

ஆனந்தம் கண்டோம்
ஆங்கில ஆட்சியில்.
அழிந்தன துன்பங்கள்
அன்னை ஆங்கிலத்தாலே.

ஆங்கிலம் –
பாரசீகர்களின் சொத்தல்ல
பார்ப்பனர்களின் சொத்தல்ல
ஹூனருக்கும் சொந்தமல்ல.

உரக்கச் சொல்லுங்கள், முழக்கமிடுங்கள்
ஆங்கில அன்னை வந்துவிட்டாள் என்று.

## ஆங்கில அன்னையே...

ஆவேசத்தோடும் ஆர்வத்தோடும்
நாம் பயணிக்கக் காரணம்
ஆங்கில மொழி, நம் அன்னை மொழி!
முகலாயருக்கோ, பேஷ்வாப் பார்ப்பனருக்கோ
ஆங்கிலம் சொந்தமல்ல
அதைப் பேசுபவர்கள்
ஏமாளிகளும் அல்லர்.

உண்மையான அறிவை
அன்போடு ஊட்டுபவள் ஆங்கில அன்னை
ஒடுக்கப்பட்டவர்களுக்கு
அவளால் கிடைத்தது மறுவாழ்வு.

அடக்கப்பட்டவர்களைத் தழுவுகிறாள்
வீழ்ந்து கிடப்பவர்களை
அன்போடு வருடுகிறாள்
பேணி வளர்க்கிறாள்
ஆங்கில அன்னை.

அடிமைத்தளைகளை
அடித்து நொறுக்கினாள்
விலங்குத்தனத்தை விரட்டியடித்தாள்
மனித மாண்பை நிலை நிறுத்தினாள்
ஆங்கில அன்னை.

# 7. ஒரு தலித் சிறுமியின் கலகம்

## பூலே பள்ளியில் படித்த ஒரு மாணவியின் கட்டுரை

மராத்தியிலிருந்து ஆங்கிலத்திற்கு பிரஜ் ரஞ்சன் மணி.

சாவித்திரிபாயும் ஜோதிபா பூலேவும் பூனாவில் தொடங்கிய ஒரு பள்ளியில் தலித் சமூகத்தைச் சேர்ந்த முக்தாபாய் என்ற சிறுமி படித்தார். பதினொரு வயதேயான முக்தா, அகமத் நகரிலிருந்து வெளிவந்துகொண்டிருந்த புகழ்பெற்ற தியானோதயா பத்திரிகையில், 1855-ஆம் ஆண்டு, மங் மற்றும் மகர்களின் துயரங்கள் (Mang Maharachaya Dukhvisayi) என்ற தலைப்பில் பின்வரும் ஒரு கட்டுரை எழுதியிருந்தார். மகாத்மா பூலே கௌரவ் கிரந்த் என்ற நூலில் (தொகுப்பாசிரியர் ஹரி நார்கே, 2006, பக்கம் 747-8) இக்கட்டுரை இடம்பெற்றுள்ளது. ஒரு தலித் பெண்ணால் எழுதப்பட்டு, அழிந்து போகாமல் நமக்குக் கிடைத்துள்ள தொடக்ககால எழுத்து என்ற முறையில் இக்கட்டுரை, தீண்டத்தகாத மக்களுக்கு எதிராக நிகழ்த்தப்பட்ட காட்டுமிராண்டித்தனங்கள் குறித்து உள்ளத்தை நெகிழ வைக்கும் ஒரு சித்திரத்தை முன்வைக்கிறது; இம் மாதிரி யான ஒடுக்குமுறைகளுக்கு அங்கீகாரம் தந்த பார்ப்பனியப் பண் பாட்டின், பார்ப்பனிய மதத்தின் தீய தன்மையை இக்கட்டுரை எடுத்துக்காட்டுகிறது. புரோகிதத் தொழிலின் சுயநலத்தையும் சாதியப் படிநிலையில் மிகப் புனிதமான இடத்தில் வைக்கப்பட்டுள்ள பார்ப்பனர்களின் அறிவுச் சூன்யத்தையும் அடையாளம் கண்டுகொள் வதற்கான திறனை பூலேக்களின் பள்ளியில் கற்றுத் தரப்பட்ட புதிய கல்வியானது அச்சிறுமிக்குத் தந்துள்ளது. சாதியம் மற்றும் பார்ப்பனிய ஒடுக்குமுறைச் சக்திகளுக்கு எதிராகக் கனல் தெறிக்கும் தாக்குதல்களைத் தொடுப்பதற்கான திறனை அக்கல்வி அந்த தலித் சிறுமிக்குத் தந்துள்ளது. "ஒரு நபருக்குச் சலுகைகள் தருகின்ற, மற்றவர் களின் உரிமைகளைப் பறிக்கின்ற அந்த மதம் இப்பூமியிலிருந்தே ஒழியட்டும்; அம்மாதிரியான ஒரு மதத்தைப் பற்றிய வீண் பெருமைகள் நமது சிந்தனைக்குள் நுழையாமல் இருக்கட்டும்," என்று அந்த தலித் சிறுமி கூறுவதற்கான திறனை அக்கல்வி வழங்கியது. கல்வியின்

உள்ளார்ந்த ஆற்றலின் மீது பூலே கொண்டிருந்த நம்பிக்கைக்கு முக்தாபாயின் இக்கட்டுரை ஒரு மாபெரும் உதாரணமாகும். பூலே தம்பதியினரைப் பொறுத்தவரையிலும் கல்வி என்பது வெறுமனே எழுத்துகளைப் படிப்பது மட்டுமல்ல; ஒடுக்கப்பட்டவர்களின் சிந்தனையில் அவர்கள் விரும்புகின்ற சமூக, பண்பாட்டு மாற்றத்தைப் பற்றிப் புரியவைப்பதற்கான ஒரு கருவியாகும். நல்லதையும் கெட்டதையும் பிரித்துணர்ந்து கொள்வதற்கான திறனையும், உலகம் குறித்து ஒரு விமர்சனப் பூர்வமான புரிதலையும் பெற்றுக்கொள்வதற்கான ஒரு வழிமுறையாகும். மிகமுக்கியமாக இந்தக் காரணத்திற்காகவே, கல்வி இவர்களுடைய இயக்கத்தின் முக்கிய மையமாக இருந்தது.

## மங் மற்றும் மகர்களின் துயரங்கள்

ஆடு, மாடுகளைவிட இழிவாகக் கருதப்படுகின்ற, தீண்டத்தகாத சாதியைச் சேர்ந்த சிறுமியாகிய என்னுடைய உள்ளத்தில், என்னுடைய மக்களின் - அதாவது மகர் மற்றும் மங் சாதி மக்களின் - துயரங்களைக் கடவுள் நிரப்பியிருப்பதை உணர்ந்து நான் மனம் வருந்துகிறேன். அனைத்து உயிரினங்களையும் படைத்த கடவுள் இதை என் மனதில் இடம்பெற வைத்திருக்கிறார். அவருடைய பெயரை உச்சரிக்கும் போது எனக்குக் கிடைத்த வலிமையே இந்தக் கட்டுரையை எழுதுவதற்கான துணிச்சலை எனக்குத் தந்துள்ளது. மங் மற்றும் மகர் சாதி மக்களைப் படைத்த அதே கடவுள்தான் பார்ப்பனர்களையும் படைத்தார்; இந்தக் கட்டுரையை எழுத என்னுள் அறிவை விதைத்தவரும் அவரே. என்னுடைய முயற்சிக்கு நல்ல பலனை அந்தக் கடவுள் எனக்குத் தருவார் என்றும் நான் நம்புகிறேன்.

வேதங்களின் அடிப்படையில் நாங்கள் மறுப்புத் தெரிவிக்க முயற்சித்தால், எங்களை வெறுக்கின்றவர்களும் தங்களைத் தாங்களே மேலானவர்களாகக் கருதி வருகின்றவர்களும் பெரும் தீனி உண்பவர்களுமான இந்தப் பார்ப்பனர்கள், வேதங்கள் தங்களுடைய அதிகாரத்திற்கு உட்பட்டவையென்றும், தங்களுடைய தனிப்பட்ட சொத்து என்றும் சொல்கிறார்கள். பார்ப்பனர்களுக்கு மட்டுமே வேதங்கள் சொந்தமானவையென்றால் அந்த வேதங்கள் எங்களுக்கானவை அல்ல என்பது இப்போது தெளிவாகத் தெரிகிறது.

வேதங்கள் பார்ப்பனர்களுக்கு மட்டுமே சொந்தமானவை என்றால், எங்களுக்கு என்று வேதப்புத்தகம் எதுவும் இல்லையென்பது ஊரறிந்த இரகசியமாகும். எங்களுக்கு வேதங்கள் இல்லை;

ஆகவே எங்களுக்கு மதமும் இல்லை. பார்ப்பனர்களுக்கு மட்டுமே வேதங்கள் உரிமையானவையென்றால், பின் நாங்கள் வேதங்களுக்குக் கட்டுப்படவேண்டிய அவசியமில்லை. பார்ப்பனர்கள் சொல்லி வருவது போல வேதங்களைக் கண்ணால் பார்த்தாலே போதும் எங்களைப் பெரும்பாவம் பிடித்துவிடும் என்றால், அதை நாங்கள் பின்பற்றுவது என்பது உச்சபட்ச முட்டாள்தனமாகத்தானே இருக்க முடியும். முஸ்லீம்கள் குரானின்படி நடக்கிறார்கள்; ஆங்கிலேயர்கள் விவிலியத்தின்படி நடக்கிறார்கள்; பார்ப்பனியர்களுக்கோ வேதங்கள் இருக்கின்றன. இவர்கள் அனைவருக்கும் இவர்களுக்கான ஒரு மதம் இருக்கிறது; அதன்படி நடந்துகொள்கிறார்கள்; மதமே இல்லாத எங்களைக் காட்டிலும் அவர்கள் ஏதேனும் ஒருவகையில் மகிழ்ச்சியாக இருக்கிறார்கள். கடவுளே... எங்கள் மதம் எதுவென்று தயவுசெய்து சொல்லுங்கள். எங்கள் வாழ்க்கையை வழிநடத்திச் செல்லக்கூடிய ஓர் உண்மையான மதத்தை - கடவுளே - எங்களுக்குக் கற்றுத் தாருங்கள். ஒரு நபருக்குச் சலுகைகள் தருகின்ற, மற்றவர்களின் உரிமைகளைப் பறிக்கின்ற இந்த மதம் இப்பூமியிலிருந்து ஒழியட்டும். ஏற்றத்தாழ்வு கற்பிக்கும் அம்மாதிரியான மதத்தைப் பற்றிய வீண் பெருமைகள் நமது சிந்தனைக்குள் நுழையாமல் இருக்கட்டும்.

பெரும் கட்டடங்களைக் கட்டுவதற்காக இந்தப் பேர்வழிகள் எங்களை - ஏழை மகர் மற்றும் மங் சாதி மக்களை - எங்களுக்குச் சொந்தமான நிலத்திலிருந்து விரட்டியடித்தார்கள். இத்தோடு விட்டு விடவில்லை. சிவப்புச் சாயம் கலந்த எண்ணெய்யைக் குடிக்கும் படி மகர்களையும் மங்குகளையும் கட்டாயப்படுத்தினார்கள்; தங்களுடைய கட்டடங்களின் அஸ்திவாரங்களில் எங்கள் மக்களைப் புதைத்தார்கள்; இவ்வாறாக, ஏழை மக்களாகிய எங்களைத் தலை முறை தலைமுறையாக அழித்துவந்தார்கள். பார்ப்பனர்கள் எங்களை இழிவாக நடத்தினார்கள்; ஆடு, மாடுகளைவிடக் கேவலமாக எங்களைக் கருதினார்கள். பேஷ்வா பாஜிராவின் ஆட்சியின் போது இவர்கள் எங்களைக் கழுதைகளைவிடக் கேவலமாக நடத்தினார்களா, இல்லையா? நொண்டிக் கழுதையை நீங்கள் அடித்தால், உடனே அதன் சொந்தக்காரர் உங்களுக்குப் பதிலடி தருவார். ஆனால், காலங்காலமாக மகர்களையும் மங்குகளையும் அடித்து நொறுக்கினார்களே, அப்போது தட்டிக்கேட்க யார் இருந்தார்கள்? பாஜிராவ் ஆட்சியின்போது மகர்களோ மங்குகளோ உடற்பயிற்சிக் கூடத்தைத் தற்செயலாகக் கடந்து சென்றாலே போதும், உடனே

அவர்களுடைய தலையைத் துண்டித்து வீரர்களின் வாட்களை மட்டையாகவும் துண்டிக்கப்பட்ட தலைகளைப் பந்தாகவும் வைத்து மட்டைப் பந்து விளையாடுவார்கள். அவர்களுடைய இடங்களுக்குள் நுழைந்ததற்கே எங்களைத் தண்டித்துவந்த ஒரு சூழலில், கல்வி கற்பது குறித்தோ, கல்வி கற்றுக்கொள்வதற்கான சுதந்திரம் குறித்தோ நினைத்துப் பார்க்க முடியுமா? ஏதேனும் ஒரு வழியில் ஒரு மகரோ, மங்கோ படிக்கவும் எழுதவும் கற்றுக்கொண்டார் என்றால் உடனே அது பாஜிராவுக்குத் தெரிந்துவிடும். உடனே அவர் மகர்களும் மங்குகளும் கல்வி கற்பது என்பது பிராமணர்களின் வேலையைப் பறித்துக் கொள்வதாகும் என்று சொல்வார். "என்ன தைரியமிருந்தால் அவர்கள் கல்வி கற்பார்கள். பிராமணர்கள் தங்களது அரசாங்க வேலை களை இவர்களிடம் விட்டுவிட்டு, இவர்களுடைய சவரப்பெட்டி களை எடுத்துக்கொண்டு, விதவைகளின் தலையை மொட்டை யடிக்கச் செல்ல வேண்டும் என்று இந்தத் தீண்டத்தகாதவர்கள் எதிர்பார்க்கிறார்களா?" என்று பாஜிராவ் சொல்வது வழக்கமாகும்.

இரண்டாவதாக, நாங்கள் கல்வி கற்றுக்கொள்வதைத் தடுத்த தினால், பார்ப்பனர்களுக்குத் திருப்தி கிடைத்ததா? இல்லை, இல்லவே இல்லை. காசிக்குச் சென்ற பாஜிராவ் அங்கு மிகக் கேவலமான முறையில் இறந்து போனார். மங்குகளைப் போலவே தீண்டத்தகாத வர்களான மகர்கள் மங்குகளோடு உறவு வைத்துக்கொள்வதைத் தவிர்க்கிறார்கள். ஒருசில பார்ப்பனியப் பண்புகளின் பாதிப்பிற் குள்ளாகியுள்ள மகர் சாதியினர் மங்குகளைவிடத் தங்களை உயர் வானவர்களாகக் கருதிக்கொள்கிறார்கள். மங்குகளின் நிழல்பட்டால் போதும், தாங்கள் தீட்டுக்கு உள்ளாவதாக மகர்கள் நம்புகிறார்கள். தங்களுடைய மேலாண்மையைக் காட்டிக்கொள்வதற்காகப் புனித ஆடைகள் என்று சொல்லப்படுகின்ற உடைகளை உடுத்திக்கொண்டு பகட்டாகப் பவனிவரும் கல்நெஞ்சு கொண்ட பார்ப்பனர்கள், தீண்டத்தகாதவர்கள் என்ற முத்திரையினால் நாங்கள் கடுமையான வேதனையை அனுபவித்து வந்தபோது கொஞ்சமாவது மனச்சாட்சி உறுத்தலுக்கு ஆட்பட்டிருப்பார்களா? நாங்கள் தீண்டத்தகாதவர் என்பதால் ஒருவருமே எங்களுக்கு வேலை தருவதில்லை; வரு மானமும் இருக்காது. கொல்லும் வறுமையை நாங்கள் சகித்துக் கொள்ள வேண்டியிருக்கிறது. படித்த பண்டிதர்களே! உங்களுடைய சுயநலப் புரோகிதத் தொழிலைச் சுருட்டி வையுங்கள்; உங்களுடைய அறிவுச் சூன்யம் நிறைந்த உளறல்களை நிறுத்துங்கள். நான் சொல்ல

இருப்பதைக் காது கொடுத்துக் கேளுங்கள். திறந்தவெளிகளில்தான் எங்கள் பெண்கள் பிரசவித்தார்கள். மழையிலும் குளிரிலும் எப்படி வேதனைப்பட்டிருப்பார்கள். உங்களது சொந்த அனுபவத்திலிருந்து இந்த வேதனையைப் புரிந்துகொள்ள முயற்சி செய்யுங்கள். பிரசவத்தின்போது எங்கள் பெண்கள் நோய்வாய்ப்பட்டிருந்தால் மருத்துவருக்கோ, மருந்துக்கோ, பணத்திற்கோ எங்கே போயிருப் பார்கள்? இவர்களுக்கு இலவசமாக மருத்துவம் பார்க்கும் அளவிற்கு உங்கள் மத்தியில் மனிதநேயம் கொண்ட மருத்துவர்கள் யாராவது இருக்கிறார்களா?

பார்ப்பனச் சிறுவர்கள் தங்கள் மீது கற்களை வீசி, அதனால் ஆபத்து ஏற்பட்டால் கூட அது பற்றிப் புகார் செய்ய மகர், மங் சிறுவர்கள் என்றுமே துணிந்ததில்லை. மௌனத்தோடு அதைச் சகித்துக்கொள்வார்கள். ஏனென்றால், பிச்சைக்காகப் பார்ப்பனர் களின் வீட்டுக்குத்தான் அவர்கள் செல்ல வேண்டும். அய்யகோ! கடவுளே! என்ன கொடுமை இது! இம்மாதிரியான அநீதிகளைப் பற்றி மேலும் நான் எழுதினால் என்னால் கண்ணீரை அடக்க முடியாது. இம்மாதிரியான ஒடுக்குமுறையால் தான் கருணைக் கடவுள் இரக்க குணம் கொண்ட பிரிட்டிஷ் ஆட்சியை எங்களுக்குத் தந்தார். இந்த அரசாங்கத்தின் கீழ் எங்கள் வேதனைகள் எப்படிக் குறைந்தன என்பது பற்றி இனி நாம் பார்க்கலாம்.

முன்னதாக கோகலே, ஆப்தே, டிரிம்காஜி, அந்தலா, பன்சாரா, காலே, பெக்ரே போன்றவர்கள் அனைவரும் - (இவை அனைத்துமே பார்ப்பனப் பெயர்கள்) வீட்டினுள் திரியும் எலிகளைக் கொல்வதில் மட்டுமே துணிச்சலைக் காட்டும் இவர்கள் அனைவரும் - எந்த வித நியாயமுமின்றி எங்களைச் சித்திரவதை செய்தார்கள்; கர்ப் பிணிப் பெண்களைக்கூட விட்டுவைக்கவில்லை. இப்போது இக் கொடுமைகள் நின்றுவிட்டன. பேஷ்வாக்களின் ஆட்சியில் மகர் களும் மங்குகளும் தொல்லைக்குள்ளாக்கப்படுவதும், சித்திரவ தைக்குட்படுத்தப்படுவதும் பொதுவான வழக்கமாக இருந்தது; இப்போது இக்கொடுமைகள் நின்றுவிட்டன. கோட்டைகளும் மாளிகைகளும் கட்டுவதற்காக இப்போது அஸ்திவாரங்களில் மனித உயிர்கள் பலியிடப்படுவதில்லை. இப்போது உயிரோடு யாரும் புதைக்கப்படுவதில்லை. இப்போது நமது சாதி மக்களின் எண்ணிக் கையும் அதிகரித்து வருகிறது. முந்தைய காலங்களில் மகரோ, மங்கோ நல்ல ஆடைகளை உடுத்தியிருந்தால், பார்ப்பனர்கள்

மட்டுமே இம்மாதிரியான ஆடைகளை உடுத்த வேண்டும் என்று அவர்கள் எச்சரிக்கப்பட்டிருப்பார்கள். முந்தைய காலங்களில் நாங்கள் அந்த ஆடைகளைத் திருடியதாக எங்கள் மீது குற்றம் சாட்டினார்கள். தீண்டத்தகாதவர்கள் தங்கள் உடலை ஆடைகளால் மறைத்துக்கொண்டால், பார்ப்பனர்களுடைய மதம் தீட்டுப்பட்டு விடும்; ஆடை உடுத்திய தீண்டத்தகாதவர்கள் மரத்தில் கட்டிவைக்கப்பட்டுத் தண்டிக்கப்படுவார்கள். ஆனால்,, பிரிட்டிஷ் ஆட்சியில் கையில் பணம் வைத்திருக்கும் எவருமே ஆடைகள் வாங்கி உடுத்திக் கொள்ளலாம். முந்தைய காலங்களில், மேல்சாதியினருக்கு எதிராகத் தீண்டத்தகாதவர்கள் தவறு செய்தால் அவர்கள் சிரச்சேதம் செய்யப்படுவார்கள். இப்போது இக்கொடுமைகள் நின்றுவிட்டன. மக்களைச் சீரழித்து வந்த வரிக்கொடுமைகள் இன்று நின்றுவிட்டன. இப்போது ஒரு சில இடங்களில் தீண்டாமை கடைப்பிடிக்கப்படுவது நின்றிருக்கிறது. விளையாட்டு மைதானங்களில் கீழ்ச்சாதியினர் கொல்லப்படுவது இப்போது நின்றுவிட்டது. இப்போது எங்களால் சந்தைக்குக்கூடச் செல்ல முடியும். பிரிட்டிஷ் ஆட்சியின் கீழ் இம்மாதிரியான பல முன்னேற்றங்கள் ஏற்பட்டுள்ளன. இக்கட்டுரை எழுதிக்கொண்டிருக்கும் இத்தருணத்தில் என்னுள் ஒரு வியப்பு ஏற்படுகிறது; நான் முன்னர்க் குறிப்பிட்டுள்ளது போல, முந்தைய காலங்களில் எங்களைக் கேவலமாக நடத்திவந்த பார்ப்பனர்கள் தான் இப்போது எங்களின் வேதனைகளிலிருந்து எங்களை விடுதலை செய்ய விரும்புகிறார்கள் என்பதை நினைக்கும் போது எனக்கு வியப்பாக இருக்கிறது. ஆனால், எல்லாப் பார்ப்பனர்களும் இப்படியில்லை. சாத்தானின் பாதிப்புக்குள்ளாகியுள்ள பார்ப்பனர்கள், முந்தைய காலங்களைப் போலவே இப்போதும் எங்களை வெறுத்தே வருகிறார்கள். எங்களை விடுதலை செய்ய முயற்சியெடுக்கும் பார்ப்பனர்களை அடையாளம் கண்டு அவர்களைச் சமூக விலக்குச் செய்து வருகிறார்கள். ஒருசில உயர்ந்த மனிதர்கள் மகர்களுக்கும் மங்குகளுக்கும் பள்ளிகளைத் தொடங்கி வருகிறார்கள். கருணைக் குணம் கொண்ட பிரிட்டிஷ் அரசாங்கம் அந்தப் பள்ளிகளுக்கு ஆதரவு தந்து வருகிறது. மகர்களே! மங்குகளே! நீங்கள் ஏழைகள்; நோயாளிகள்; அறிவு என்ற மருந்து மட்டுமே உங்கள் காயங்களை ஆற்றும், குணப்படுத்தும்; கண்மூடித்தனமான மூடநம்பிக்கைகளிலிருந்து உங்களை விடுதலை செய்யும்; நன்னடத்தை கொண்டவர்களாக, அறவழி நடப்பவர்களாக உங்களை மாற்றும். உங்களை

யாரும் சுரண்ட முடியாது. ஆடு மாடுகளைப் போல உங்களை நடத்தியவர்கள் இனிமேல் உங்களிடம் அப்படி நடந்துகொள்வதற்குத் துணிய மாட்டார்கள். ஆகவே, கடினமாக உழையுங்கள், படியுங்கள், கல்வி கற்றுக்கொள்ளுங்கள், மனிதர்களாக மாறுங்கள். கல்வி கற்றவர்கள் அனைவருமே நல்லவர்களாகிவிடுவார்கள் என்று நான் சொல்ல வரவில்லை. ஏனென்றால், நன்றாகப் படித்தவர்கள் கூடச் சில நேரங்களில் மிக மோசமான செயல்களைச் செய்கிறார்கள்.

## 8. உண்மையைத் தேடி ஓய்வற்ற பயணம்

- விக்டர் பால்

அறியாமையே பேரின்பம் என்கிறது ஒரு பிரபலமான முதுமொழி. ஆனால்,, அறியாமையே பேரின்பமா? எதிர்மறையானதும் பிற்போக்கானதும் அழிவுக்கு வழிவகுக்கக் கூடியதுமான ஒரு மன நிலைக்கு வெகுளித்தனம், விழுமியம், நற்குணம் என்ற திரையிட்டு அதை நியாயப்படுத்த முயற்சிப்பதும் ஊக்குவிப்பதும் தவறான, மோசடியான ஒரு செயலல்லவா?

ஒருவரின் அறியாமை மற்றொருவருக்குத்தான் பேரின்பமாக இருக்க முடியும். இந்தியாவில் நிலவிவரும் சமூக, ஆன்மீக, பண்பாட்டு, அரசியல் பின்னணியில் இது முற்றிலும் உண்மையாகும். ஏற்றத்தாழ்வும் சுயநலமும் நிறைந்த பார்ப்பனியச் அமைப்பு - மத அங்கீகாரம் கொண்ட சாதி அமைப்பு - அறியாமையே பேரின்பம் என்ற கருத்தை மிக அபாயகரமான வழியில் முழுக்க முழுக்க ஆதரிக்கிறது; நியாயப்படுத்துகிறது.

சீரழிந்த நிலையிலுள்ள ஒரு மனித சமூகமானது, தன்னுடைய கற்பனையை ஆழம் காணமுடியாத எல்லைவரை நீட்டித்துச் செல்வதற்கான ஒரு வழியை இக்கருத்து உருவாக்குகிறது; எந்தவித மனச்சாட்சி உறுத்தலுமின்றி, சுயநலத்திற்காக அதிகாரத்தையும் பதவியையும் பிடிப்பதற்கு ஒருவர் விரும்பக்கூடிய ஒரு சூழலை, அறியாமையே பேரின்பம் என்ற இக்கருத்து உருவாக்குகிறது. சக மனிதர்கள் அறியாமையில் இருக்கிறார்கள் என்பதை ஒருவர் தெரிந்து கொண்டவுடனே அவர்களைத் தன் வழிக்குக் கொண்டுவருவதற்கான உரிமை ஒருவருக்குக் கிடைத்துவிடுகிறது. வாழ்க்கை குறித்து, தான் முன் வைக்கும் சொந்த விளக்கத்திற்கும் அதன் பொருளுக்கும் அதன் திசைவழிக்கும் அதை அடையக்கூடிய வழி முறைக்கும் அவர்களை இணங்க வைக்கக்கூடிய உரிமை ஒருவருக்குக் கிடைத்துவிடுகிறது. இம்மாதிரியான ஒரு கருத்து மற்றவர்களுடைய இழப்பின்பேரில்

ஒருவர் அடையும் சலுகைகளையும் நன்மைகளையும் நியாயப்படுத்து கிறது. சுயநல நோக்கம் கொண்ட ஒவ்வொரு மனிதனுமே தன்னுடைய சிந்தனையின் ஆழத்தில், உள்ளத்தின் ஆழத்தில், மற்றவர்களை அதிகாரம் செய்ய வேண்டும் என்ற ஆவல் கொண்டிருப்பதுதான் இதற்குக் காரணமாகும்.

அறியாமை என்றுமே பேரின்பத்தைத் தர முடியாது. இருப்பினும் அறியாமையை மேன்மையான குணமாக மோசடியான விதத்தில் முன்வைக்க முடியும். குற்றம் செய்பவரை நல்லவராகக் காட்டி அவரைப் போற்றுவதற்கு இது வழிவகுத்துத் தருகிறது. இம் மாதிரி யான கேடுகெட்ட அதிகார விளையாட்டிற்குப் பலியான ஒருவரை, தான் பாதுகாப்பான, உத்தரவாதமான சூழலில் இருப்பதாக நம்ப வைத்து, அவரை அமைதிப்படுத்த முடியும். சூழ்ச்சியான கருத் தியல்கள், நாட்டார் வழக்காறுகள், வீர பராக்கிரமக் கதைகள் ஆகியன மூலம் அந்நபரிடம் இப்படி ஒரு நம்பிக்கையை ஏற்படுத்த முடியும். விதியிடம் சரணடையும் போக்கினை நோக்கி மக்களை ஈர்க்கின்ற உள்ளாற்றலை அச்சமூகம் தன்னுள் கொண்டிருப்பதால் - உளவியல் ரீதியாக - சமூகம் முழுவதற்கும் இது பேரழிவைத் தரக் கூடும். இம் மாதிரியான பிற்போக்குத்தனமான நடத்தையும் அணுகுமுறையும் குற்றம் செய்பவரின் சுயநல நோக்கங்களோடு மிகப் பொருத்தமாக இணைந்து போகின்றன. உன்னதமான கருத்தியல் என்ற தோற்றத் தையும் இழிவான சமூக - அரசியல் நாட்டத்தையும் ஆபத்தான முறையில் ஒன்று கலப்பதன் மூலம் இந்த இணைப்பை ஏற்படுத்த முடியும். சாதிக் கருத்தியலான பார்ப்பனியமும் பற்பல நூற்றாண்டு களாக அதனைக் கலை நேர்த்தியோடு முன்னிறுத்தி வருபவர்களும் மாக்கியவெல்லியின் இராஜதந்திரத்துடன் ஒப்பிடத்தக்க சூழ்ச்சி யோடு இதனைச் செய்துவருகிறார்கள். இப்போக்கு நவீன இந்தி யாவில் பல்வேறு வடிவங்களில் தொடர்ந்து பீடித்துவருகிறது.

பிரிட்டிஷ் ஆட்சியையும் இந்தியத் தேசிய இயக்கத்தையும் உதாரணத்திற்கு எடுத்துக்கொள்ளலாம். பிரிட்டிஷ் கால இந்தியா குறித்துத் தேசியக் கண்ணோட்டத்தில் ஏராளமான நூல்கள் எழுதப் பட்டுள்ளன. இம்மாதிரியான கருத்துரைகளிலும் பிரதிகளிலும் பெரும்பாலும் பார்ப்பனிய உலகப் பார்வையே மிதமிஞ்சியிருக்கும். ஏகாதிபத்திய அநீதியையும், கொடுமைகளையும் நடைமுறைப் படுத்திய அந்நியர்களாகவே பிரிட்டிஷாரை இந்தப் பார்வை சித்திரிக்கிறது. பிரிட்டிஷாரின் கொடுமைகளுக்குப் பலியான ஒரு நாடாகவே இந்தியா பொதுவாகக் கருதப்படுகிறது. தேசியம் என்ற

புனைவின் கீழ் முன்வைக்கப்படும் இந்தக் கருத்துகள் பொது மக்களின் கண்ணோட்டத்தைக் கணக்கில் எடுத்துக்கொள்வதில்லை; ஆகவே, இம்மாதிரியான மேலேழுந்தவாரியான கருத்துகள் எளிமைப் படுத்தப்பட்டவை மட்டுமல்ல, முழுக்கவே மேட்டுக்குடிப் பண்பு கொண்டவையுமாகும்.

ஒவ்வொரு தேசிய இயக்கமும் ஆண்டான்/அடிமை என்ற சூத்திரத்தின் அடிப்படையில்தான் தன்னைக் கட்டமைத்துக் கொள் கிறது; சிக்கலான எதார்த்தத்தை இது ஒற்றைப் பரிமாணப் பின் னணியில் சித்திரிக்கிறது. இந்தியாவிலுள்ள தேசியமும் இதற்கு விதிவிலக்கல்ல. உன்னதமான வரலாற்று, பண்பாட்டுச் சகாப்தம் கொண்ட தங்கள் நாட்டில், பிரிட்டிஷாரின் ஆட்சிக் காலம் என்பது அவமானகரமான, மறக்கப்பட வேண்டிய ஓர் அத்தியாயம் என்ற ஒரு சித்திரத்தைத் தேசியவாதிகள் முன்வைக்கிறார்கள்; காலனிய சகாப்தத்தின் போது நடந்த கொள்ளையில் பெரும்பலன் அடைந்த வர்கள் தாங்களே என்ற உண்மையை வேண்டுமென்றே மூடி மறைக்கிறார்கள். இடையூறான, வெறுப்பிற்கிடமான உள்நாட்டுச் சிக்கல்கள் அனைத்திற்கும் பிரிட்டிஷாரே காரணம் என்று பழி சுமத்துவதன் மூலம் பொது மக்களை ஏமாற்றுகிற ஒரு முயற்சியே இது. ஏறத்தாழ பிரிட்டிஷ் ஆட்சி குறித்த தேசிய அறிவுஜீவிகளின் எழுத்துகள் அனைத்திலும் இப்போக்கு வெளிப்படுவதில் ஆச்சரியப் பட ஒன்றுமில்லை. அறியாமையே பேரின்பம் என்ற வக்கிரமான கருத்திற்கு இது ஒரு சிறந்த உதாரணமாகும். தேசபக்தி அல்லது தேசியம் என்பது அதிகாரத்தையும் செல்வத்தையும் கைப்பற்றுவதற் காக மேட்டுக்குடிகளுக்கிடையே நடந்த தொடர் ஓட்டப்பந்தயம் தான் (relay race) என்பது பிரிட்டிஷ் ஆட்சியின் இறுதியில் தெரிய வந்தது. ஒத்துழையாமை மற்றும் அகிம்சை மீதான படைப்புகள் என்ற தன்னுடைய நூலில் டால்ஸ்டாய் இரத்தினச் சுருக்கமாக முன் வைத்துள்ளது போல,

> "தேசபக்தியை எளிமையாக, தெளிவாக வலியுறுத்திச் சொல் வதானால் இப்படிச் சொல்லலாம்: தேசபக்தி என்பது ஆட்சி யாளர்களைப் பொறுத்தவரையிலும் தாங்கள் அடைய விரும்பும் குறிக்கோள்களை அடைவதற்கான கருவியாகும். மக்களைப் பொறுத்தவரையிலும் சுயமரியாதையையும் அறிவையும் மனச் சாட்சியையும் கைவிட்டுவிட்டு ஆட்சியாளர்களிடம் அடிபணிவ தாகவே தேசபக்தி என்பது இருந்துவருகிறது."
>
> *(மேற்கோள், மணி 2005; 343)*

டால்ஸ்டாயின் இந்த ஆய்வுரை இந்திய தேசிய இயக்கத்திற்கும் அதன் பிரபலமான தலைவர்களுக்கும் - குறிப்பாகக் காந்திக்கும் - முழுக்க முழுக்கப் பொருந்துகிறது. இருப்பினும், மனிதகுல வரலாறு முழுவதிலும், சமூகத்தின் சட்டதிட்டங்களை எதிர்க்கின்ற, ஒடுக்கு முறையாளர்களின் அதிகாரத்திற்கும் சட்ட நியாயத்திற்கும் சவால் விடுகின்ற, புதிய பாதைகளையும் புதிய போக்குகளையும் உருவாக்கு கின்ற விதிவிலக்கான, இலட்சியப் பற்றுக் கொண்ட மனிதர்களும் இருந்து வருகிறார்கள்.

## பாதை சமைத்த பூலே தம்பதியர்

வைதீக ஒடுக்குமுறையை எதிர்க்கின்ற ஒரு மரபை, வலிமையான சுயநலச் சக்திகள் பேணி வந்த சமூகச் சூழலுக்குச் சவால் விடுக்கின்ற ஒரு மரபை, பூலேக்களின் வாழ்க்கையிலும் போராட்டத்திலும் நாம் பார்க்கலாம். இந்த அசாதாரணமான தம்பதிகளிடமிருந்து கிடைக்கும் செய்தியின் பொருத்தப்பாடும் முக்கியத்துவமும் சுரண்டப்படும் பெரும்பான்மையினருக்கு இன்றும்கூடப் பொருத்தமானதாக இருக் கின்றன. தன்னுடைய கடந்தகால, நிகழ்கால சமூக, அரசியல், ஆன்மீகச் சுமையிலிருந்து இந்தியா விடுவிக்கப்பட்டு மீட்சிபெற வேண்டுமானால் நாட்டு நலனில் அக்கறையோடு சாவித்திரிபாய் மற்றும் பூலேவின் செய்தியை முழுமையாகப் புரிந்துகொள்ள வேண்டும்; அச்செய்தியை மெய்யார்வத்தோடு கைக்கொள்ள வேண்டும்.

இந்தியாவிலுள்ள விளிம்புநிலை மக்களின் பிரதிநிதிகளான ஜோதி ராவ், சாவித்திரிபாய் போன்றோரை மேல்சாதித் தலைமையானது ஒதுக்கிவைத்தும் இருட்டடிப்புச் செய்தும் வந்த ஒரு சூழலில், சாதாரண மக்களின் அன்றாட வாழ்க்கையில் பிரிட்டிஷ் ஆட்சி ஏற்படுத்திய சாதகமான பக்கவிளைவுகளை அங்கீகரிக்க வேண்டிய ஒரு நிலைக்கு இவர்கள் ஆட்படுத்தப்பட்டார்கள். பார்ப்பனியம் ஆட்சியதிகாரத்தில் இருந்திருந்தால், ‘கீழ்த்தட்டுச் சாதியைச் சேர்ந்த விவசாயிகளான ஜோதிராவ், சாவித்திரியாய் போன்றோரை மதிப்பது ஒருபுறமிருக்கட்டும், முக்கியத்துவம் வாய்ந்த ஆட்களாகக்கூட நிச்சயம் அவர்களை ஏற்றிருக்காது; பிரிட்டிஷ் ஆட்சியினால் உரு வான புதிய ஜனநாயக விழிப்புணர்ச்சியின் கிளர்ச்சியான சூழலே பூலேக்களின் தோற்றத்தைச் சாத்தியமாக்கியது. மக்கள் தொகையில் எண்பத்தைந்து விழுக்காட்டினராக உள்ள முகமற்றவர்களும்

குரலற்றவர்களுமான இம்மக்கள் பிரிவினருக்காக பூலேக்கள் முன் நிற்பதற்கும் அவர்களுக்காகத் தெளிவாகவும் உரத்தும் வலிமை யாகவும் குரல் கொடுப்பதற்குமான ஒரு சாதகமான சூழலை, பார்ப்பனியத்தைப் பின்னடையச் செய்திருந்த பிரிட்டிஷ் ஆட்சிதான் உருவாக்கித் தந்தது. பிரிட்டிஷ் - இந்தியாவில்தான் தலித் மற்றும் பிற்படுத்தப்பட்ட சாதிகளைச் சேர்ந்த சிலருக்குக் கல்வி கற்றுக் கொள்வதற்கான சுதந்திரம் கிடைத்தது.

தானே ஒரு சூத்திரப் பின்னணியிலிருந்து வந்ததாலும் சாதிப் பாகுபாட்டிற்குப் பலியாகி இருந்ததாலும் பூலே கல்விக் கதவுகளை - கல்வியின் விடுதலையாற்றலோடு - திறந்து விடுவதன் மூலம் மக்களின் வலிமையைப் பயன்படுத்திக்கொள்ள விரும்பினார். ஒடுக்கப்பட்ட மக்களின் விடுதலைக்காகப் புதிய சமூக மற்றும் அறமதிப்பீடுகளின் அடிப்படையில் அமைந்த மக்கள் கல்வியின் தேவையை அவர் தொடர்ந்து வலியுறுத்திவந்தார். 1883-ஆம் ஆண்டு கல்விச் சீர்திருத்தம் குறித்த ஆணையத்திடம் பூலே ஒரு மனு அளித்தார். கல்வி பயில்வதற்கான உரிமை தாழ்த்தப்பட்ட சாதி மக்களுக்குத் திட்டமிட்டு மறுக்கப்பட்டுவரும் எதார்த்தத்தை அம் மனுவில் அவர் வலியுறுத்தியிருந்தார். பார்ப்பனிய அறிவுச் சர்வாதி காரத்திற்கு எதிராகக் கலகம் செய்த முதல் நபர் பூலேதான், அனைத்து மக்களுக்கும் கல்வி கற்றுத்தர அவர் முன்னெடுத்த இயக்க மானது ஒடுக்கப்பட்ட மக்கள் மத்தியில் கல்வி மீது ஒரு புதிய விழிப்புணர்ச்சியை உருவாக்கியது.

பூலேதான் சாவித்திரிபாய்க்குக் கல்வி கற்றுத் தந்தார். அவருக்குள் சுய மரியாதையுணர்வை ஊட்டியவரும் அவர்தான், பூலேவை வழி காட்டியாகக் கொண்ட சாவித்திரிபாய், சமூக அநீதியையும் பாகு பாட்டையும் எதிர்த்துப் போராடக் கற்றுக் கொண்டார்.

இப்போது சமகால இந்தியாவின் தொடுவானத்திற்கும் மேலே பீனிக்ஸ் பறவையைப் போல பூலே தம்பதியர் உயர்ந்து நிற்கிறார்கள். சாதியற்ற சமூகத்திற்காக அவர்கள் முன்வைத்த அறிவார்ந்த, வலிமை யான குரல் இப்போது நமது செவிகளை எட்டுகிறது. அவர்களுடைய போராட்டத்தின் சமத்துவப் பரிமாணத்தை அது முன்னுக்குக் கொண்டுவருகிறது. ஈர்ப்பான அவர்களுடைய குரல்களின் எதி ரொலிகள் இந்தியா முழுக்கவும் சமூக - பொருளாதாரத் தளங்களில் இப்போது அதிர்வலைகளை ஏற்படுத்தி வருகின்றன. மூவாயிரம் ஆண்டுகளுக்கும் மேலாக இந்தியாவை முடக்கி வைத்திருக்கின்ற

கொடிய சாதிமுறைக்கு எதிராக ஓர் அச்சுறுத்தலாக அவை நிற்கின்றன. விடுதலைப் போராட்ட இயக்கம் என்று அழைக்கப்பட்டு வந்த ஓர் இயக்கத்தில் தங்களுடைய பங்கைத் தெரிந்துகொள்வதற்கான அல்லது வரையறுத்துக் கொள்வதற்கான வாய்ப்பு மறுக்கப்பட்டவர்களும் உற்பத்தியில் ஈடுபட்டிருந்தவர்களும் எண்ணிக்கையில் பெரும் பான்மையினருமான மக்கள் பிரிவைப் பிரதிநிதித்துவம் செய்த தாலேயே இவர்களுடைய குரல்கள் திட்டமிட்டே புறக்கணிக்கப் பட்டன, மறைக்கப்பட்டன என்பது இப்போது வெளிப்படையாகத் தெரிகிறது.

## எதிர்-கலாச்சாரத்தின் மரபு

ஒரு புதிய இந்தியாவிற்காகப் பூலே தம்பதியினர் முன்வைத்த புரட்சிகர வேலைத் திட்டத்தின் சமூக - கலாச்சாரப் பின்னணி என்ன? வரலாற்றுக்கு முந்தைய வாய்மொழி மரபுகளை ஒதுக்கி வைத்துவிட்டுப் பார்த்தால், கி.மு. ஆறாம் நூற்றாண்டில் புத்தர் தொடங்கிய சமூக - மத இயக்கத்தில் இவர்களுடைய உத்வேகம் நிறைந்த போராட்டத்தின் வேர்களைப் பார்க்கலாம். துன்பம், வேதனை என்ற பிரபஞ்சம் தழுவிய பிரச்சினையைப் பேசியதாலேயே பௌத்தம் மக்கள் ஏற்பைப் பெற்றது. சாதியை மையமாகக் கொண்ட வேத பார்ப்பனிய மதமானது உழைக்கும் மக்களின் துன்பங்களை ஆதரித்தது; நியாயப்படுத்தியது; ஆகவே, சாதாரண மனிதர்களின் துன்பங்களுக்கான தீர்வை இந்த மதத்தில் காணமுடியாது என்பது வெளிப்படையான விஷயமாகும். ஒடுக்குமுறையான பார்ப்பனியச் சிந்தனைக்கு எதிரான ஒரு விரிவான எதிர்வினையை புத்தர் வெளிப்படுத்தினார்; அதை விரைவுபடுத்தினார். பௌத்தம் மக்கள் மத்தியில் பிரபலமடைவதற்கு அதன் சமத்துவத் திசைவழி காரண மாயிருந்தது. அசோகப் பேரரசின் ஆதரவினால் பௌத்தம் தன் நிலையை மேலும் வலுப்படுத்திக்கொண்டது. அசோகர் இத் துணைக்கண்டத்தின் பெரும்பகுதியில் பௌத்தத்தின் செல்வாக்கை விரிவுப்படுத்தினார்.

சாதியையும் அதனால் ஏற்பட்ட விளைவுகளையும் கொண்டாடிய வேத - பார்ப்பனியத்தைத் தீவிரமாக எதிர்க்கும் ஓர் உலகக் கண்ணோட்டத்தை மனமார ஏற்றுக்கொண்ட, அதைப் பிரச்சாரம் செய்த தொடர்ச்சியான எதிர் - கலாச்சார இயக்கங்களை - பௌத்தத்தின் உடன்நிகழ்வாக எழுந்த இயக்கங்களை - இந்தியா கண்டது. காலம்,

இடம் என்ற வேறுபாடுகள் இருந்தபோதிலும் சமணம், கிறித்தவம், இஸ்லாம், சீக்கியம், பக்தி இயக்கத்தின் கவித் துறவிகள், ஏனைய சமூக - ஆன்மீகத் தலைவர்கள் அனைவரும் ஒரே செய்தியை - சாதி என்பது துண்டாடுவது, ஒடுக்குவது, மனித நேயமற்றது; ஆகவே ஏற்றுக்கொள்ள முடியாதது என்ற செய்தியைத் தந்தார்கள்.

ஒரு கடவுள் கோட்பாட்டிலும் சமத்துவக் கண்ணோட்டத்திலும் வேர்கொண்டிருந்ததும் ஆரிய - பார்ப்பனியப் பல தெய்வக் கோட்பாட்டிற்கும், சாதியத்திற்கும் எதிரானதுமான இந்தச் சமூக - ஆன்மீக மரபைப் புதுப்புனைவோடு முன்னெடுத்த இரு இந்திய முன்னோடிகள் சாவித்திரிபாயும், ஜோதிராவ் பூலேவும் ஆவர். பூலே தம்பதிகளின் சமகாலத்தவரும் பார்ப்பனிய மதத்தின் பொய்மையான மதிப்பீட்டு முறையிலிருந்து தங்களை அடையாளம் கண்டுகொண்டவர்களும் தங்கள் இலட்சியத்தை வகுத்துக்கொண்டவர்களுமான மேல் சாதி தலைவர்களிடமிருந்து பூலே தம்பதிகளைத் தெளிவாக வேறுபடுத்திக் காண்பித்தது, சாதியில் ஊறியிருந்த வேத - பார்ப்பனியத்திற்கு அவர்கள் காட்டிய தீவிரமான எதிர்வினைதான். சாதிமுறைக்கும் பார்ப்பனியப் புரோகிதச் சூழ்ச்சிக்கும் எதிராக இவர்கள் நடத்திய போராட்டத்தை இந்தக் கண்ணோட்டத்தில் பார்த்தால்தான் அதை விரிவான ஆய்வுக்கு உட்படுத்துவதற்கான ஒரு சுவையான பரிமாணம் கிடைக்கும்.

## பூலேக்களும் காந்தியும்

ஜோதிராவ் பூலேவை இந்தியாவின் உண்மையான மகாத்மாவாக மோகன்தாஸ் கரம்சந்த் காந்தி ஏற்றுக்கொண்டார். பூலேவின் மனைவியான சாவித்திரிபாய், தன்னுடைய சொந்த முயற்சியினால் ஒரு தனிச்சிறப்பான தலைவரானவர் என்பதும் இந்தியாவில் நவீனக் கல்வியின் அன்னை என்று மிக மிகத் தாமதமாக ஏற்றுக்கொள்ளப் பட்டார் என்பதும் அறியப்படாத செய்திகள் ஆகும். எளிமையும் பணிவும் கொண்டிருந்த சாவித்திரிபாய், ஜோதிராவின் தாக்கத்தின் காரணமாகத்தான் சவாலான சூழல்களின் போதும்கூடத் துணிச்சலோடும் ஆற்றலோடும் உறுதியோடும் நின்று, புரட்சிகரமான பாதையை உருவாக்கினார் என்பது உண்மையே.

பிரபலமாகப் போற்றப்பட்டவரும், ஆனால், மிகக் குறைந்த அளவே புரிந்துகொள்ளப்பட்டிருந்தவரும், இந்தியாவிற்குக் கடவுள் தந்த கொடை என்று பொதுவாகச் சொல்லப்பட்டவருமான

காந்திக்கும் சாவித்திரிபாய்க்கும் இடையிலான ஒப்பீடு என்பது - எந்த மட்டத்தில் பார்த்தாலும் - பொருத்தமற்றதாக அல்லது சாத்திய மற்றதாகக்கூடத் தோன்றலாம். ஆனால்,, உண்மை அதுவல்ல. கடின மான எதார்த்தத்தை ஊடுருவிப் பார்த்தால், காந்தி பழைமையின் பாதுகாவலராக இருந்தது தெரியவரும்; ஆனால், சாவித்திரிபாயோ - அனைத்து நடைமுறை நோக்கங்களிலும் - பழைமைக்குக் கட்டுப் படாத ஒரு முற்போக்காளராக இருந்தது தெரியவரும். காந்தி மற்றும் சாவித்திரிபாயின் கூர்மையான, பரஸ்பரம் மாறுபட்ட கருத்துகள் மற்றும் அணுகுமுறைகள் மூலம் கற்பிதமான இந்தியா, எதார்த்தமான இந்தியா ஆகியன குறித்து அசாதாரணமான ஒரு பார்வை நமக்குக் கிடைக்கும். சமூகநீதி, சத்தியத்தைப் பின்பற்றுவது போன்ற அம்சங்களில் இவர்கள் பின்பற்றிய அணுகுமுறைகள், தேசிய அளவிலான விவாதங்களில் இதுவரை புறக்கணிக்கப்பட்ட, இருட்டடிப்புச் செய்யப்பட்ட ஏராளமான எதார்த்தங்கள் மீது கூர்மை யான கவனத்தைக் கொண்டுவரும். வரலாற்றைப் பார்ப்பனிய நீக்கம் செய்தல், இந்தியச் சமூகத்தில் ஆதிக்கமும் எதிர்ப்பும் என்ற தலைப்பில் இந்திய வரலாறு குறித்து, தான் எழுதியுள்ள முன்னுதாரணமான நூலில் பிரஜ் ரஞ்சன் மணி இப்படி எழுதுகிறார்:

> காந்தி குறித்தும் அவருடைய தேசிய அரசியல் குறித்தும் போற்றிப் புகழும் ஒரு பெரும் கட்டுக்கதை உருவாக்கப்பட்டுள்ளது. உண்மையில் காந்தி மற்றும் காந்தியம் குறித்த புகழ்பாடல்களே நவீன இந்திய வரலாற்றெழுதியலாக முன்வைக்கப்பட்டுள்ளன. ஒற்றுமை, தேசபக்தி என்ற கவர்ச்சிக்குப் பின்னால், காந்தியின் அரசியலானது தெளிவான முறையில் சாதியத்தையும் பார்ப் பனியச் சமூகமுறையோடு தொடர்பு கொண்டிருந்த அனைத்துச் சமூக - பண்பாட்டு அம்சங்களையும் பிடிவாதமாக நியாயப் படுத்துவதையே மையம் கொண்டிருந்தது.

*(2005: 347-48)*

பிரபலமாக நம்பப்பட்டு வரும் பார்வைக்கு மாறான வகையில், தன்னுடைய வாழ்நாள் முழுக்கவும் காந்தி, பெண்களையும் தீண்டத் தகாதவர்களையும் ஆடு மாடுகளோடும் நாய்களோடும் சமமாகப் பாவித்து வந்த பார்ப்பனியச் சாதிப் பண்பாட்டையே கேடுகெட்ட முறையில் பாதுகாத்து வந்தார். பார்ப்பனர்களைத் தவிர மற்றவர்களின் கல்வி உரிமையையும் விடுதலையையும் பறித்த மனுஸ்மிருதி போன்ற

தர்ம சாஸ்திரங்கள் மீதுதான் காந்தி மிக ஈர்ப்புக் கொண்டிருந்தார். சமூகப் படிநிலை வரிசையை இயற்கையானதாகவும் ஏற்றுக்கொள்ளத் தக்கதாகவும் அவர் கருதினார். ஒடுக்கப்பட்ட சாதி மக்களுக்கு அதிகாரத்தைக் கையளிப்பதோ, சமூக நீதியை உத்தரவாதப்படுத்துவதோ அல்ல; மாறாக நிலவும் சமூக அந்தஸ்தைத் தக்க வைப்பதே காந்தியின் அரசியலாக இருந்தது (அலோய்சியஸ் 1997, மணி 2005). காந்தியும் அவருடைய கோட்பாடுகளான அகிம்சையும் சத்தியாகிரகமும் உலகம் முழுக்கப் பிரபலமானவைதான், தன்னுடைய இறுதி மூச்சு வரையிலும் காந்தியால் உயர்த்திப் பிடிக்கப்பட்டதும் பாதுகாக்கப்பட்டதுமான சாதிமுறைக்குப் பலியான கோடிக்கணக்கான இந்தியர்களின் கவலைகள் குறித்தும் கதறல்கள் குறித்தும் காந்தி காட்டிய திட்டமிட்ட மௌனம்தான் அறியப்படாத விசயமாகும்.

சாதியத்தின், பார்ப்பனியத்தின் உண்மையான முகமான அறியாமையே பேரின்பம் என்ற காந்தியின் வாதமானது அபாயகரமான கருதுகோளாகும். அத்துடன், உண்மையும் அகிம்சையும் மிக அரிதாகவே கைகோர்த்துச் செல்கின்றன. புதிய பாதையைத் திட்டமிடுவதற்காக ஆதிக்கம் நிறைந்த சமூகச் சூழலிலிருந்து யார் விடுபட்டாலும் அவர்கள் கடுமையான எதிர்ப்புகளை எதிர்கொள்ள நேரிடுகிறது. உண்மையில் பிற்போக்குச் சக்திகளை அவர்கள் எதிர்க்க வேண்டியிருக்கிறது. அதாவது, சத்தியத்திற்காகத்தான் முன்நிற்பதாக காந்தி வெறுமனே பாசாங்கு செய்தார்; உண்மையில் அவருடைய சத்தியம் சாதியத்தையும் பார்ப்பனியத்தையுமே ஆதரித்து வந்தது. சுயநல அரசியல்வாதி என்பவர் சமூகப் புரட்சியாளரிடமிருந்து முற்றிலும் வேறுபட்டவர் ஆவார். காந்திக்கும் பூலேவுக்கும் இடையிலான வேறுபாடு இப்படிப்பட்டதுதான். பல வழிகளிலும் காந்தியும் பூலேவும் எதிரெதிர் உலகக் கண்ணோட்டங்களின் சிறந்த பிரதிநிதிகள் என்று வரையறுக்க முடியும்.

காந்தி போன்ற தேசியவாதிகளிடமிருந்து சாவித்திரிபாயைப் பிரித்துக் காட்டிய ஒரு நிகழ்ச்சியை சாவித்திரிபாயின் வாழ்க்கையிலிருந்து பார்க்கலாம். தன்னுடைய சொந்த வாழ்க்கையில் தன்னுடைய உயிரைப் பணயம் வைத்து தலித்துக்கு ஆதரவாக காந்தி முன் நின்றிருப்பாரா என்பது அய்யத்திற்குரிய ஒன்றுதான். தன்னுடைய வாழ்க்கையில் வாய்ப்புக் கிடைத்த ஒவ்வொரு முறையும் ஒரு தலித்தாகிய அம்பேத்கரை அவர் கடுமையாக எதிர்த்து நின்றார் என்பது

அனைவரும் அறிந்த உண்மையாகும். ஆனால், சாவித்திரிபாயோ வித்தியாசமானவர். பார்ப்பனருக்குத் தீங்கிழைக்கப்படுவதைப் பார்த்த வுடன் - பார்ப்பனர்கள் அவருடைய வலிமையான எதிரிகள் என்ற போதிலும் - சத்தியத்திற்காகப் பாரபட்சமில்லாத ஒரு நிலை எடுத்தார்.

*1868*-ஆம் ஆண்டு சிகிச்சைக்காக பூனாவிலிருந்து, கண்டாலாவில் நைகான் என்னும் ஊரிலிருந்த தன்னுடைய தாய் வீட்டுக்கு சாவித்திரி பாய் வந்திருந்தார். மதச்சடங்குகளை நடத்துவதன் மூலம் கிடைத்த வருமானத்தைக் கொண்டு தன் வாழ்க்கையை நடத்தி வந்த கணேஷ் என்ற பார்ப்பன இளைஞனும், தலித் (மகர்) சாதியைச் சேர்ந்த சர்ஜா என்ற பெண்ணும் காதல் வயப்பட்டார்கள். இது பாவச் செயலாகக் கருதப்பட்டது. தங்கள் சிற்றின்பத்திற்காகப் பார்ப்பனர்கள் இரவின் மறைவில் தலித் பெண்களைப் பயன்படுத்திக் கொள்ளலாம்; ஆனால், இவ்விரு சாதிகளுக்கிடையே காதல் உறவு என்பது தடை செய்யப் பட்ட ஒன்று. ஆகவே, அக்கிராமத்தில் பெரும் அமலி உருவானது. எதிர்காலத்தில் இம்மாதிரியான சம்பவங்கள் மீண்டும் நடைபெறாமல் இருப்பதற்காக, தவறிழைத்த ஜோடிக்கு ஒரு முன்னுதாரணமான தண்டனையைத் தருவதென கிராமப் பெரியவர்கள் தீர்மானித்தனர்.

சாவித்திரிபாய் இதைக் கேள்விப்பட்டார். அக்கிராமத்திற்கு விரைந்து வந்தார். ஆத்திரத்திலிருந்த அக்கிராம மக்கள் அந்தக் காதல் ஜோடியைச் சூழ்ந்து நின்றிருந்தார்கள்; எந்த ஆதரவுமின்றி அந்த ஜோடிகள் இங்கே நின்றுகொண்டிருந்தார்கள். அந்தக் காதலர்களின் முகங்களில் மரணபயம் வெளிப்பட்டதை சாவித்திரிபாய் கண்டார். பழிவாங்கும் உணர்வோடு நின்றிருந்த கூட்டத்தில் நியாயத்தைப் பேசினால் அது எந்தப் பலனையும் தராது என்பதை சாவித்திரிபாய் புரிந்துகொண்டார்; அந்தக் காதல் ஜோடியைக் கொன்றால் அப் பெரும் குற்றத்திற்காக பிரிட்டிஷ் ஆட்சியில் அக்கிராம மக்கள் கைது செய்யப்பட்டு விசாரணைக்கு உட்படுத்தப்படுவார்கள் என்று சாவித்திரியாய் கடுமையாக எச்சரிக்கை செய்தார். கொதிப்பிலிருந்த அந்தக் கும்பல் அதைப் புரிந்துகொண்டு அந்தத் திட்டத்தைக் கைவிட்டது; அந்த இடத்தைவிட்டுக் கலைந்து சென்றது. சாவித்திரி பாயும் அந்தக் காதல் ஜோடியும் மட்டுமே அந்த இடத்திலிருந்தார்கள். பின்னர் சாவித்திரிபாய் பூனாவிலிருந்த தன் கணவருக்கு இந்தச் சம்பவம் குறித்தும், அவர்களுக்குப் பாதுகாப்பும் வேலை வாய்ப்பும் ஏற்படுத்தித் தருமாறும் கேட்டு ஒரு கடிதம் எழுதினர்.

ஒரு பெண்ணின் அளவற்ற துணிச்சலாலும் பற்றுறுதியாலும் ஒரு பெரும் ஆபத்து இவ்வாறாகத் தவிர்க்கப்பட்டது. தப்பெண்ணங்களுக்கும் பழிவாங்கும் உணர்வுக்கும் வாய்ப்பளிப்பதற்கான இடம் இருந்தும்கூட அதற்கு இடம் தராமல், தான் பிரச்சாரம் செய்து வந்த சத்தியத்தை நடைமுறைப்படுத்துவது என சாவித்திரிபாய் முடிவு செய்திருந்தார். அவருடைய தனிப்பட்ட நேர்மையும் சமூகப் பற்றுறுதியும் பிரிக்கமுடியாதவை என்பதற்கான உதாரணம் இது. மகர் சிறுமியை மட்டும் காப்பாற்றிவிட்டு, பார்ப்பன இளைஞரை அவர் கைவிட்டிருக்க முடியும்; ஆனால், அதற்குப் பதிலாக சத்தியத்தைக் காப்பாற்றுவது, நீதிக்காக நிற்பது என்று அவர் முடிவு செய்தார்.

அவருடைய உன்னதமான, சமூகப் பற்றுறுதி கொண்ட பண்பிற்கு மற்றுமோர் உதாரணத்தைப் பார்க்க முடியும். 1875-76ஆம் ஆண்டுகளில் மேற்கு மகாராஷ்டிரத்தில் ஒரு பஞ்சம் ஏற்பட்டது. உணவும் குடிநீரும் இல்லாமல் மக்கள் மாண்டு வந்தார்கள்; கால்நடைகள் அழிந்து வந்தன. இந்த அவலத்திற்கு மத்தியில், உணவும் உதவியும் மிகத் தேவையாயிருந்த ஏழை மக்களைப் பேராசை கொண்ட கொடிய கந்துவட்டிக்காரர்கள் முடிந்தளவு கடுமையாகச் சுரண்டி வந்தார்கள். சாவித்திரிபாய் தலைமையில் நிவாரணப் பணியில் ஈடுபட்டிருந்த சத்திய சோதக் ஊழியர்கள் அம்மக்களை அழிவிலிருந்து காப்பாற்றத் தங்களால் இயன்ற பணிகளைச் செய்தார்கள். தங்களுடைய நடவடிக்கைகளுக்கு அவர்கள் இடையூறாக இருப்பதைப் பார்த்த கந்துவட்டிக்காரர்கள், அதிகாரிகளிடம் அவர்கள் மீது பொய்க் குற்றம் சுமத்தினார்கள்; அதனால் சத்திய சோதக் ஊழியர்கள் கைது செய்யப்பட்டார்கள். இதை எதிர்த்து சாவித்திரிபாய் தலைமையில் ஒரு குழு மாவட்ட ஆட்சியரைச் சந்தித்தது. காவல்துறையின் அத்துமீறல் குறித்தும், கந்துவட்டிக்காரர்களின் சூழ்ச்சி குறித்தும் ஆட்சியரிடம் சாவித்திரிபாய் விவரித்தார். அவருடைய நேர்மையான பேச்சைக் கேட்டு மனம் நெகிழ்ந்த ஆட்சியர், காவலர்களைக் கண்டித்ததோடு சத்திய சோதக் ஊழியர்களை விடுவிக்கும்படியும் உத்தரவிட்டார். நிவாரணப் பணியில் தன்னையும் ஈடுபடுத்திக்கொண்ட ஆட்சியர், சாவித்திரிபாயின் துணிச்சலையும் பற்றுறுதியையும் பாராட்டினார்.

## ஒளிரும் மரபு

அக்காலகட்டத்தில் நிலவிய வரலாறு குறித்தோ, சமூக - பண்பாட்டுச் சூழல் குறித்தோ எந்த அறிவும் இல்லாமல் சாவித்திரிபாயின்

பணிகளுடைய முக்கியத்துவத்தை நம்மால் புரிந்துகொள்ள முடியாது. நடப்பில் நிலவிய சமூக நெறிகளுக்கும் மதநம்பிக்கைகளுக்கும், பண்பாட்டு பழக்கவழக்கங்களுக்கும் எதிராகச் சாவித்திரிபாய் முன்னெடுத்த போராட்டத்தின் பெரும் முக்கியத்துவத்தைப் புரிந்துகொள்ள வேண்டுமானால் அவர் காலத்தில் நிலவிய சமூக - பண்பாட்டுச் சூழல் பற்றி ஒரு சரியான புரிதல் அவசியமாகும். தனிப்பட்ட வேதனைகளையும் சமூகப் புறக்கணிப்பையும் வெளிப்படையாக நடந்த அவமரியாதையையும் அவர் துணிவோடு சகித்துக் கொண்டார். மிக மோசமான சூழ்நிலையிலும்கூட, சத்தியத்தைத் தேடிப் பயணித்தவர் அவர்.

சாவித்திரிபாயின் ஒளிரும் உதாரணம் நமது நாட்டின் பிரபலமான தலைவர்களின் வாழ்க்கையைக் காட்டிலும் மகத்தானது. அறியாமையை அடிமைத்தனம் என்று ஒதுக்கிய அவர், அசத்தியத்தின் தீமைகளைச் சத்தியத்தின் வலிமை கொண்டு ஓயாது எதிர்த்துப் போராடி வந்தார். தேசிய வாழ்க்கை என்னும் நீரோட்டத்திலிருந்து மோசடியாக விலக்கி வைக்கப்பட்டிருந்தவர்களும் இந்தியாவிற்கு மாற்று வரலாற்றை முன்வைத்தவர்களும் கௌரவிக்கப்பட வேண்டியவர்களுமான உண்மையான ஆளுமைகள் குறித்துத் தாமதமாக என்ற போதிலும்கூட இப்போதாவது நாம் விழிப்புணர்வைப் பெற்றிருப்பது மகிழ்ச்சியைத் தருகிறது.

★ ★ ★

## 9. சாவித்திரிபாய் பூலே வாழ்க்கைக் குறிப்பு

| | |
|---|---|
| 03.01.1831 | மகாராஷ்டிராவில் சதாரா மாவட்டத்தில் நைகான் என்னும் ஊரில் பிறந்தார். |
| 1840 | ஜோதிராவ் பூலேவுக்கு மணம் செய்து தரப்பட்டார். |
| 1841 | வீட்டில் கல்வி பயிலத் தொடங்கினார். |
| 1847 | அகமத் நகரில் ஆசிரியர் பயிற்சி பெற்றார். |
| 1848 | தன்னுடைய கணவர் ஜோதிராவ் பூலேவுடன் இணைந்து தீண்டத்தகாத சாதிச் சிறுமிகளுக்காக பூனாவில் முதல் பள்ளியை நிறுவினார். |
| 1849 | பூனா, சதாரா, அகமத் நகர் போன்ற இடங்களில் மேலும் பல பள்ளிகளைத் தொடங்கி ஜோதிபாவுக்கு உதவி செய்தார். |
| 1849 | தீண்டத்தகாதவர்களுக்குக் கல்வி கற்றுத் தந்ததற்காகக் கணவருடன் சாவித்திரிபாயும் தனது மாமனார் வீட்டிலிருந்து வெளியேற்றப்பட்டார். |
| 1852 | மேலும் இரு பள்ளிகளைத் தொடங்கினார். |
| 1852 | நல்லாசிரியர் விருது பெற்றார். |
| 16.11.1852 | கல்வியில் ஆற்றிய முன்னோடிப் பணிகளுக்காகக் கல்வித்துறை பூலே தம்பதியினரைக் கௌரவித்தது. |
| 1854 | கவிய பூலே என்ற தலைப்பில் தன்னுடைய கவிதை நூலை வெளியிட்டார். |
| 1855 | தொழிலாளர்களுக்கும் விவசாயிகளுக்கும் இரவுப் பள்ளியைத் தொடங்கினார். |
| 1856 | ஜோதிராவின் உரைகளைத் தொகுத்து ஒரு நூலை வெளியிட்டார். |

| | |
|---|---|
| *1863* | 'கள்ள உறவில்' பிறந்த குழந்தைகளுக்கும் அவர்களின் தாய்மார்களுக்கும் ஒரு மறுவாழ்வு இல்லத்தைத் தொடங்கினார். |
| *1868* | தன் வீட்டு நீர்த்தொட்டியைத் தீண்டத்தகாதவர்களுக்குத் திறந்துவிட்டார். |
| *24.09.1873* | சத்திய சோதக் சமாஜத்தை நிறுவும் பணியில் தீவிரமாக ஈடுபட்டார். |
| *1874* | பார்ப்பன விதவையின் மகனைத் தத்தெடுத்து, யஷ்வந்த் என்று பெயர் சூட்டி வளர்த்தார். |
| *1875-77* | மேற்கு மகாராஷ்டிராவில் பஞ்சம் பாதித்த பகுதிகளில் சத்திய சோதக் சமாஜ ஊழியர்களின் துணையோடு நிவாரணப் பணிகளில் ஈடுபட்டார். |
| *28.11.1890* | கணவர் ஜோதிராவ் மரணமடைந்தார். |
| *1891* | பவன்காசி - சுபோத் ரத்னாகர் என்ற தலைப்பில் தன்னுடைய கவிதை நூலை வெளியிட்டார். |
| *1893* | சத்திய சோதக் சமாஜத்தின் தலைமைப் பொறுப்பை ஏற்றுக்கொண்டார். |
| *1896* | மற்றொரு பஞ்சத்தின்போது நிவாரணப் பணிகளில் தீவிரமாக ஈடுபட்டார். |
| *10.3.1897* | கொள்ளை நோயினால் பாதிக்கப்பட்டவர்களுக்குச் சேவை புரிந்தபோது மரணமடைந்தார். |

★ ★ ★

# 10. கட்டுரையாளர்கள்

பிரஜ் ரஞ்சன் மணி: வரலாற்றைப் பார்ப்பனிய நீக்கம் செய்தல்: இந்தியச் சமூகத்தில் ஆதிக்கமும் எதிர்ப்பும் என்ற நூலின் ஆசிரியர். முன்னர் டைம்ஸ் ஆப் இன்டியா பத்திரிகையில் பணியாற்றினார். சிம்லாவிலுள்ள இந்தியன் இன்ஸ்டிடியூட் அப் அட்வான்ஸ்டு ஸ்ட்டீல் என்ற ஆய்வு நிறுவனத்தில் ஆய்வாளராகப் பணிபுரிந்து வருகிறார்.

பமீலா சர்தார்: கல்வியாளர், இந்தியாவில் சமூக, ஆன்மீக மாற்றத்தை ஏற்படுத்துவது என்ற சாவித்திரிபாய் மற்றும் ஜோதிபா பூலேவின் இலட்சியத்தை முன்னெடுப்பதற்காகச் செயல்பட்டு வருகின்ற உள்ளூர் அளவிலானதும் சர்வதேச அளவில் தொடர்புகள் கொண்டிருப்பதுமான சர்வதேச சத்திய சோதக் சமாஜம் என்ற அமைப்பின் நிறுவன உறுப்பினர்.

சிந்தியா ஸ்டீபன்: எழுத்தாளர், ஆய்வாளர், சமூகப் பணியாளர்.

கெய்ல் ஓம்வேத்: சமூக அறிவியலாளர் இன்டியன் இன்ஸ்டிடியூட் ஆப் அட்வான்ஸ்டு ஸ்டீஸ் என்ற ஆய்வு நிறுவனத்தில் ஆய்வாளராகப் பணியாற்றி வருகிறார். தலித்துகளும் ஜனநாயகப் புரட்சியும், இந்தியாவில் பௌத்தம், தலித் பார்வை போன்றவை இவரது புகழ் பெற்ற நூல்களாகும்.

சுனில் சர்தார்: சமூகப் பண்பாட்டுப் பணியாளர் சர்வதேச சத்திய சோதக் சமாஜத்தின் ஒருங்கிணைப்பாளர். பூலே - அம்பேத்காரிய இயக்கத்தினால் உத்வேகம் பெற்றவர் விளிம்புநிலை மக்களின் ஒற்றுமை மற்றும் முன்னேற்றம் குறித்த இயக்கங்களில் பல்வேறு மட்டங்களில் பணியாற்றி வருகிறார்.

விக்டர் பால்: இறையியல் ஆய்வாளர். சர்வதேச சத்திய சோதக் சமாஜத்தின் ஆய்வுப் பிரிவின் பொறுப்பாளர். இந்தியாவின் சமூக-ஆன்மீக மரபுகள் குறித்து ஒரு நூல் எழுதி வருகிறார்.

★ ★ ★

## 11. மேலும் வாசிக்க

Aloysius, G., *Nationalism Without a Nation in India,* (Delhi: Oxford University Press, 1997).

Chakravarti, *Uma, Rewriting History: The Life and Times of Pandita Ramabai* (New Delhi: Kali for Women, 1998)

Chanchreek, KL ed., *Social Reform Movement and Jotirao Phule* (New Delhi, Shri Publishers and Distributors, 2006)

Deshpande, GP., ed., *Selected Writings of Jotirao Phule* (New Delhi: Leftword, 2002).

Fukuzawa, Hiroshi, *The Mediavel Deccan: Peasants, Social System and Status. 16th 18th Centuries* (Delhi: Oxford University Press, 1998).

Gavaskar, Mahesh, *'Colonialism within Colonialism: Phule's Critique of Brahimin Power',* in S.M. Michael. ed., Dalits in Modern India, (New Delhi: Vistaar Publications, 1999)

Joshi T. Laxman Shastri, *Jotirao Phule* (New Delhi: National Book Trust, 1992).

Keer, Dhananjay, *Mahatma Jotirao Phule: Father of Indian Social Revolution*, 1964.rpt, (Mumbai: Popular Prakashan, 2000)

Mani, Braj Ranjan, *Debrahmanising History: Dominance and Resistance in Indian Society* (Delhi: Manohar, 2005).

Nayar, Sushila, Mankekar, Kamla, eds., *Women Pioneers in India Renaissance* (Delhi: National Book Trust, 2002).

O'Hanlon, Rosalind, *Caste, Conflict and Idealogy: Mahatma Jotirao Phule and Low cast Protest in Ninteenth Century Western India* (Cambridge: Cambridge University Press, 1985)

___*A Comparison Between Women and Men. Tarabai Shinde and the Critique of Gender Relations in Colonial India* ( Cambridge: Cambridge University Press, 1994).

Omvedt, Gail, *Cultural Revolt in a Colonial Society: The Non - Brahman Movement in Western India* 1873-1930 (Mumbai: Scientific Socialist Education Trust, 1976).

___*Dalits and Democratic Revolution* (New Delhi: Sage Publications, 1994).

___ *Jotirao Phule and the Idea of Social Revolution in India* (New Delhi: Critical Quest, 2004).

Phule, Jotirao, *Collected Works of Mahatma Jotirao Phule, Vol. I & II,* tr, P.G. Patil ( Mumbai: Education Department, Govt of Maharashtra, 1991).

Sardar, Sunil and Wolf, Thom, *Phule in His Own Words* (New Delhi: University Institute Publications, 2007).

* * *